ഗ്രീൻ ബുക്സ്

ദായിഷ്

കെ.എം. അബ്ബാസ്

കഥാകൃത്ത്, പത്രപ്രവർത്തകൻ.
കാസർകോട് ജില്ലയിൽ ആരിക്കാടിയിൽ ജനനം.
ദുബായിൽ സിറാജ് ദിനപത്രം എഡിറ്റർ ഇൻ ചാർജ്.
കൈരളി ചാനൽ, ദേശാഭിമാനി പത്രം
എന്നിവയ്ക്കുവേണ്ടിയും പ്രവർത്തിച്ചിട്ടുണ്ട്.

ഗ്രീൻ ബുക്സ് പ്രസിദ്ധീകരിച്ച
ഗ്രന്ഥകർത്താവിന്റെ ഇതരകൃതികൾ

പലായനം (നോവലെറ്റ്)
മൂന്നാമത്തെ നഗരം (കഥ)
ദേര (നോവൽ)
ചരിത്രവിഭ്രാന്തികൾ (ചരിത്രം)
സങ്കടബെഞ്ചിൽനിന്നുള്ള കാഴ്ചകൾ (കഥ)
ഇമാറാത്തിന്റെ വഴികളിലൂടെ (ലേഖനം)
തെരഞ്ഞെടുത്ത കഥകൾ - കെ.എം. അബ്ബാസ്
ബറഹയിലേക്കുള്ള ബസ് (കഥ)
സമ്പൂർണ്ണ കഥകൾ - കെ.എം. അബ്ബാസ്

ലേഖനം

ദായിഷ്

കെ.എം. അബ്ബാസ്

ഗ്രീൻബുക്സ്

green books private limited
gb building, civil lane road, ayyanthole,
thrissur- 680 003, kerala, ph: +91 487-2381066, 2381039
website: www.greenbooksindia.com
e-mail: info@greenbooksindia.com

branches:
thrissur 0487-2422515
thiruvananthapuram 0471-2335301
calicut 0495 4854662

malayalam
daesh
article
by
k m abbas

published september 2023

cover sketch : kavithabhama
cover design : s. mahendra

printed in india
manipal technologies ltd

isbn : 978-93-95878-04-3

₹ 140.00
GBPL/1310/2023

മുഖക്കുറി

ലോകം ഇപ്പോൾ നേരിടുന്ന ഏറ്റവും വലിയ ഭീഷണി ഭീകരവാദികളുടെ സംഘടിതമായ പ്രവർത്തനങ്ങളും അതിന് പ്രത്യക്ഷമായും പരോക്ഷമായും പ്രോത്സാഹനങ്ങൾ നൽകുന്ന ഭരണാധികാരികളും സംഘടനകളുമാണ്. ആദ്യകാലങ്ങളിൽ ആദർശപരമായ ആശയങ്ങൾ മുൻനിർത്തി സ്വേച്ഛാധിപതികളായ ഭരണാധികാരികൾക്കെതിരെ തുടങ്ങിയ പ്രക്ഷോഭങ്ങൾ കാലക്രമേണ ഗൂഢലക്ഷ്യങ്ങൾക്കും ധനസമ്പാദനത്തിനും വേണ്ടിയുള്ള ക്രൂരപ്രവർത്തനങ്ങളിലാണ് ചെന്നു നിൽക്കുന്നത്. തീവ്രദേശീയതയോ മതവികാരമോ കുത്തിവെക്കപ്പെട്ട ജനങ്ങൾ ആയുധങ്ങൾ കണ്ട് ആവേശഭരിതരാകും. പക്ഷേ, ആക്രമിക്കുന്നവർക്കും പ്രതിരോധിക്കുന്നവർക്കും ആയുധമെത്തിച്ച് ലാഭം കൊയ്യുന്ന ഇരുട്ടിന്റെ സന്തതികൾ ഒന്നാണെന്ന് തിരിച്ചറിയുമ്പോഴേക്കും കാലിനടിയിൽനിന്നും മണ്ണൊലിച്ചു പോയിരിക്കും. ഇത്തരം ഏറ്റുമുട്ടലുകളും യുദ്ധങ്ങളും ഗുണം ചെയ്യുന്നത് ഭരണാധികാരികൾക്കും പട്ടാള മേധാവികൾക്കും മാത്രം. അവർ നേരിട്ട് യുദ്ധങ്ങളിൽ പങ്കെടുക്കുകയുമില്ല. ആയുധഇടപാടുകളിൽ വൻതോതിൽ കമ്മീഷൻ സമ്പാദിക്കുകയും ചെയ്യും.

എണ്ണസ്രോതസ്സുകളാൽ സമ്പന്നമായ ഗൾഫ് രാജ്യങ്ങളിൽ ഭീകരപ്രവർത്തനം പ്രോത്സാഹിപ്പിക്കുന്നതിൽ പാശ്ചാത്യശക്തികളുടെ പങ്ക് ചെറുതല്ല. ആയുധവ്യാപാരത്തിന് ഏറ്റവും വളക്കൂറുള്ള മണ്ണായി ഗൾഫ് രാജ്യങ്ങൾ മാറിയത് അവരുടെ സമ്പന്നതയെ ഉന്നം വെച്ചുള്ള മറ്റു രാജ്യങ്ങളുടെ കച്ചവടക്കണ്ണുകൾ തന്നെയാണ്. ഈ സത്യം തിരിച്ചറിഞ്ഞ് ഒറ്റക്കെട്ടായി നിൽക്കുന്നതിന്റെ ആവശ്യം ഗൾഫ് രാജ്യങ്ങൾ തിരിച്ചറിഞ്ഞു തുടങ്ങിയിട്ടുണ്ട്. അവരുടെ കെട്ടുറപ്പ് അറബ്

സമൂഹത്തിന്റെ മാത്രം ആവശ്യമല്ല. ലോകത്തിന്റേതു കൂടിയാണ്. പ്രത്യേകിച്ചും ഗൾഫിൽ ജീവിതോപാധി തേടിയെത്തിയ അനേകലക്ഷം ഇന്ത്യക്കാരുടേതടക്കം അനവധി വിദേശികളുടെയും.

ഈ മേഖലയിലെ ഭീകരപ്രവർത്തനങ്ങളുടെ നാൾവഴികളിലൂടെ നമ്മെ കൈപിടിച്ച് നടത്തുകയാണ് ഗൾഫ് രാജ്യങ്ങളിൽ അനേകവർഷം മാധ്യമപ്രവർത്തകനായി ജോലി ചെയ്തിട്ടുള്ള കെ.എം. അബ്ബാസ്. അനുഭവങ്ങളുടെ വെളിച്ചത്തിൽ എഴുതിയിട്ടുള്ള ഈ ലേഖനങ്ങൾ ഐ.എസ്.ഐ.എസ്സിന്റെയും (ദായിഷ്) അൽഖൈദയുടെയും ഗൾഫ് കേന്ദ്രീകരിച്ച് പ്രവർത്തിക്കുന്ന മറ്റു ഭീകരസംഘടനകളുടെയും ഉദയത്തിനും പതനത്തിനും കാരണമായ സംഭവങ്ങളിലേക്ക് വെളിച്ചം വീശുന്നു. അധികാരക്കൊതിയും പണത്തോടുള്ള ആർത്തിയും ഈ കറുത്ത കരങ്ങളുടെ ഗൂഢതന്ത്രങ്ങൾ കപടദേശീയതയിലൂടെയും തീവ്രമതപ്രചരണങ്ങളിലൂടെയും തുടർന്നുകൊണ്ടേയിരിക്കും എന്നുതന്നെയാണ് അടുത്തകാലത്ത് തുടങ്ങിവെച്ചിട്ടുള്ള ഉക്രെയിൻ യുദ്ധവും സുഡാനിലെ ഏറ്റുമുട്ടലുകളും കാണിക്കുന്നത്. രക്തച്ചൊരിച്ചിലുകളും കൂട്ടപലായനങ്ങളും അതിൽപെട്ട് വർഷങ്ങളോളം രാജ്യവും വീടും ഭാവിയും നഷ്ടപ്പെട്ട് ജീവിക്കേണ്ടി വരുന്നവരുടെ കദനകഥകളും വ്യഥകളും. ഇതിനെല്ലാം പിന്നിൽനിന്ന് ചരട് വലിക്കുന്ന കച്ചവടദല്ലാളുമാർക്ക് വിഷയമല്ല. അവരുടെ പ്രവർത്തികൾ തുടർന്നുകൊണ്ടേയിരിക്കുന്നു. രാഷ്ട്രങ്ങളും ഭൂപ്രകൃതികളും മാറിവരുന്നുവെന്നു മാത്രം.

കെ.എം. അബ്ബാസിനെപ്പോലെ അനുഭവജ്ഞൻ പകർന്നുതരുന്ന ഈ വസ്തുതകൾ തീവ്രവാദചിന്താഗതികളുടെ വ്യർത്ഥതയും അർത്ഥശൂന്യതയും കൂടുതൽ ജനങ്ങളിലേക്കെത്തിക്കുമെന്ന് മാത്രം പ്രത്യാശിക്കാം.

ഇ.കെ. നരേന്ദ്രൻ

ഉള്ളടക്കം

ഓരോ വാക്കിലും ചോര കിനിഞ്ഞ കാലം

ഗൾഫിൽ 30 വർഷത്തെ മാധ്യമപ്രവർത്തന ജീവിതത്തിനിടയിൽ അനേകം രാഷ്ട്രീയ മാറ്റങ്ങളിലൂടെ കടന്നുപോകേണ്ടി വന്നിട്ടുണ്ട്. ഇറാഖ് ഭരണാധികാരി സദ്ദാം ഹുസൈൻ തൂക്കിലേറ്റപ്പെട്ടത്, ഒരു ഹജ്ജ് പെരുന്നാൾ പുലർച്ചെ. ലിബിയൻ നേതാവ് മുഅമ്മർ ഗദ്ദാഫിയെ വേട്ടയാടി കൊലപ്പെടുത്തിയത് മറ്റൊരു പകൽവെളിച്ചത്തിൽ. സിറിയൻ ഭരണാധികാരി ബശാർ അൽ അസദിനെതിരെ ഐ.എസ്. ഭീകരവാദികൾ രംഗത്തു വന്നതും യു.എ.ഇ. രാഷ്ട്രപിതാവ് ശൈഖ് സായിദ് ബിൻ സുൽത്താൻ അൽ നഹ്യാനെപ്പോലെയുള്ള മികച്ച ഭരണാധികാരികൾ കാലയവനികയ്ക്കുള്ളിൽ മറഞ്ഞതും മറ്റും അപ്രതീക്ഷിതമായിരുന്നു. ഇവയെല്ലാം വിശകലനം ചെയ്യേണ്ടിവന്നു. ഈ കാലയളവിലെ ഏറ്റവും ദുഃഖഭരിതമായ കാഴ്ചയായിരുന്നു സിറിയൻ അഭയാർത്ഥി പ്രവാഹം.

ജോർദാനിലെ സാതരി ക്യാമ്പിൽ ആലംബമറ്റ എത്ര സിറിയക്കാരാണ് എത്തിപ്പെട്ടത്. ഓരോ ദിവസം കത്തുന്ന ചൂടിൽ സിറിയൻ അതിർത്തികടന്ന് നൂറുകണക്കിനാളുകൾ. നേരത്തെ ക്യാമ്പിൽ എത്തിപ്പെട്ടവർ, ജീവിതം മടുത്ത്, എങ്ങോട്ടെങ്കിലും ഓടിപ്പോകുന്നു. ശരാശരി 80,000 പേരുണ്ടെന്ന് ക്യാമ്പ് സന്ദർശിച്ച സഊദി അറേബ്യൻ മാധ്യമപ്രവർത്തകൻ ജമാൽ ഖഷോഗി അറിയിച്ചു. ''രണ്ടു വർഷത്തിനിടയിൽ 4.3 ലക്ഷത്തോളം സിറിയക്കാർ എത്തിയിട്ടുണ്ടാകുമെന്നാണ് കണക്ക്. ചിലർ ജോർദാനിലെ മറ്റു നഗരങ്ങളിലേക്ക് കടന്നു. ജീവൻ കൈയിൽ പിടിച്ചാണ് പലായനം. ഐലൻ കുർദി എന്ന കൊച്ചുകുഞ്ഞിന്റെ മൃത

ശരീരം ലോകത്തെ നടുക്കി. പലയിടത്തും സ്വന്തം രാജ്യക്കാർക്കു തന്നെ ജീവിതോപാധി കണ്ടെത്താൻ കഴിയുമായിരുന്നില്ല. പിന്നെയല്ലേ മറുദേശക്കാർക്ക്? ജോർദാൻ, ലെബനോൻ, തുർക്കി എന്നീ രാജ്യങ്ങളിലാണ് സിറിയയിൽ നിന്നും ഇറാഖിൽനിന്നും അഭയാർത്ഥികൾ എത്തിയിരുന്നത്. ലോകത്തെ ആദ്യകാല പ്രധാന നാഗരികതകളിലൊന്ന് സിറിയയിലേതാണ്. അതിന്റെ അഭിമാനബോധം പ്രായമായവരിൽ ഉണ്ടാകും. മരണം സ്വന്തം നാട്ടിലാകണമെന്ന് ആഗ്രഹിക്കും. പക്ഷേ, അഭയാർത്ഥികളായി മരിക്കാനാണ് വിധി. എന്നാലും കുറച്ചു പേർ വരുന്നത് വരട്ടെയെന്ന് കരുതി, സിറിയയിലേക്ക് മടങ്ങി. തുർക്കിയിൽ നിന്ന് സിറിയൻ പട്ടണമായ താൽ അബ്യാദിലേക്ക് മടങ്ങിയവരിൽ ഏറെ പേർക്കും ജീവൻ നഷ്ടപ്പെട്ടു. ഇസ്‌ലാമിക് സ്റ്റേറ്റിന്റെ (ദാഇഷ്) നിയന്ത്രണത്തിലായിരുന്നു പട്ടണം.

ഗൾഫിലെ മാധ്യമ പ്രവർത്തകരെല്ലാം നിഷ്ഠുര കാഴ്ചകൾ കണ്ടാണ് ദിനസരികൾ ചിട്ടപ്പെടുത്തിയത്. ജീവിതം മരവിച്ചു നിന്നിരുന്ന ഒരു കാലഘട്ടത്തിലൂടെയാണ് എല്ലാവരും കടന്നുപോയിക്കൊണ്ടിരുന്നത്. നിസ്സംഗതയോടെ, വസ്തുനിഷ്ഠാപരമായ വാർത്തകൾ ജനങ്ങളിലേക്കെത്തിക്കുക എന്ന കർത്തവ്യങ്ങൾക്കിടെ ഹൃദയവ്യഥകൾക്ക് സ്ഥാനമുണ്ടായിരുന്നില്ല. ഓരോ വരികളിലും ചോരയിറ്റുന്ന കാലമായിരുന്നു അത്.

കെ.എം. അബ്ബാസ്

അവതാരിക

എം. ലുഖ്മാൻ

മിഡിൽ ഈസ്റ്റ് പൊളിറ്റിക്സിനെ സൂക്ഷ്മവിശകലനം ചെയ്യുന്ന പുസ്തകങ്ങൾ മലയാളത്തിൽ കുറവാണ്. കാരണം, എളുപ്പമൊന്നും സാധ്യമാകുന്നതല്ല അത്. മിഡിൽ ഈസ്റ്റിലെ പരന്നു കിടക്കുന്ന, വ്യത്യസ്ത രാഷ്ട്രീയവും സംസ്കാരവും ഭൂമിശാസ്ത്രവും ചരിത്രവുമുള്ള ദേശങ്ങൾ, അവ തമ്മിൽ നൂറ്റാണ്ടുകളായി നിലനിൽക്കുന്ന ബലമുള്ള ബന്ധങ്ങളും ദുർബലമായ ബന്ധങ്ങളും ചിലയിടങ്ങളിലെ വൈരവും ഒക്കെ മനസ്സിലാക്കണം. മിഡിൽ ഈസ്റ്റിൽ അധികാര സംസ്ഥാപനത്തിനായി പ്രത്യക്ഷത്തിലും പരോക്ഷമായും നിരന്തരം കളിക്കുന്ന അമേരിക്കയുടെയും റഷ്യയുടെയും താല്പര്യങ്ങളുടെ മുൻഗണനകൾ അറിയണം. ഈ ഭാഗത്ത് ഉദയം ചെയ്ത തീവ്രവാദ പ്രസ്ഥാനങ്ങൾ, അവയുടെ പ്രത്യയശാസ്ത്രവും രാഷ്ട്രീയവും അറിയണം. അങ്ങനെ, അതിവിപുലമായ വായനയും നിരന്തരമായ അപ്ഡേഷനും ഉള്ളവർക്കേ മിഡിൽ ഈസ്റ്റിനെക്കുറിച്ചു സുചിന്തിതമായ അഭിപ്രായങ്ങൾ പറയാനാകൂ. കെ.എം അബ്ബാസിന്റെ 'ദായിഷ്' വായിച്ചപ്പോൾ ഞാൻ ആഹ്ലാദിച്ചു. ആഴത്തിൽ മിഡിൽ ഈസ്റ്റിനെ മനസ്സിലാക്കുകയും അത് നേരാംവണ്ണം ആളുകൾക്കായി എഴുതുകയും ചെയ്ത ഒരു പുസ്തകമാണല്ലോ ഇതെന്നതിനാൽ.

ഐലൻ കുർദിയുടെ വേദനാജനകമായ അന്ത്യത്തെക്കുറിച്ച് എഴുതിയ കുറിപ്പ് തന്നെ എത്രമേൽ ഹൃദയഭേദകമാണ്. മികച്ച ഒരു ഫിക്ഷൻ എഴുത്തുകാരനെന്ന നിലയിൽ, ഭാവനയും തെളിച്ചമുള്ള ഭാഷയുമുള്ള ആളാണ് അബ്ബാസ്. അയ്‌ലൻ കുർദിക്കെഴുതിയ കത്തിൽ, ഫിക്ഷന്റെ ആ തലം

അടങ്ങുമ്പോൾതന്നെ, അതിനുമുന്നേ പരാമർശിക്കുന്ന സിറിയയ്ക്ക് മേലുള്ള വിവിധ രാഷ്ട്രങ്ങളുടെ കണ്ണുകളെക്കുറിച്ച്, അവ കാരണം പിച്ചിച്ചീന്തപ്പെട്ട ആ നാടിനെയും അവിടുത്തെ ജനതയേയും തമ്മിലുള്ള സൂക്ഷ്മമായ രാഷ്ട്രീയ വിശകലനം വായിച്ചപ്പോൾ, അമേരിക്കൻ എഴുത്തുകാരനായ ക്രിസ്റ്റഫർ ഫിലിപ്സിന്റെ THE BATTLE FOR SYRIA :INTERNATIONAL RIVALRY IN THE NEW MIDDLE EAST എന്ന പുസ്തകത്തിന്റെ വായന മനസ്സിലേക്ക് വന്നു. അതിന്റെ ആമുഖത്തിൽ ബ്രിട്ടീഷ് പത്രപ്രവർത്തകനായിരുന്ന പാട്രിക് സീലിനെ ഉദ്ധരിച്ചു വിവരിക്കുന്നുണ്ട്, രാഷ്ട്രാന്തര തലത്തിൽ തന്നെ പ്രതിയോഗികളുടെ താല്പര്യങ്ങളുള്ള ഭൂമികയെ, ഒരു ദർപ്പണമെന്ന നിലയിൽ എടുത്ത് സിറിയയ്ക്ക് മേൽ പ്രത്യേക ശ്രദ്ധ വേണമെന്ന്. 2011-നു ശേഷമുള്ള സംഘർഷങ്ങളിൽ 470,000 ആളുകൾ സിറിയയിൽ കൊല്ലപ്പെട്ടിട്ടുണ്ട്.

അറബ് നാഗരികതയുടെ സംസ്കാരത്തിന്റെയും പുഷ്കല ഭൂമിക, ജീവച്ഛവം പോലെ ശിഥിലമാക്കപ്പെട്ടു. ഇതിനു പിന്നിലെ രാഷ്ട്രാന്തരീയ താല്പര്യങ്ങളെയും ആഭ്യന്തര പ്രശ്ങ്ങളെയും വ്യവച്ഛേദിച്ചുതന്നെ വിശകലനം നടത്തുന്നുണ്ട്, പുസ്തകത്തിലെ പല കുറിപ്പുകളിലൂടെ അബ്ബാസ്.

ഐസിസിന്റെ രൗദ്രഭാവങ്ങളെ, ഒരു പത്രപ്രവർത്തകന്റെയും രാഷ്ട്രീയ നിരീക്ഷകന്റെയും കണ്ണോടെ വ്യക്തതയോടെ വിവരിക്കുന്നുണ്ട്, സമാഹാരത്തിലെ മിക്ക ലേഖനങ്ങളിലൂടെയും. അൽ ഖായിദയുടെ ആരംഭങ്ങളിലേക്കും മുസ്ലീം ബ്രദർഹുഡിന്റെ രാഷ്ട്രീയവും മതപരവുമായ അവിവേകപരവും തെറ്റായതുമായ സമീപനങ്ങളിലേക്കും വിവരണങ്ങൾ പോയ ശേഷം, ദായിഷിനെക്കുറിച്ചു വിശദാംശങ്ങൾ നൽകുമ്പോൾ, വസ്തുതകളെ കൃത്യതയോടെ മനസ്സിലാക്കാൻ വായനക്കാർക്ക് പറ്റുന്നു.

2000 മുതൽ 2020 വരെയുള്ള രണ്ടു പതിറ്റാണ്ടു കാലം മിഡിൽ ഈസ്റ്റ് ഏറ്റവും വലിയ സംഘർഷങ്ങളിലൂടെയും പലായനങ്ങളിലൂടെയും കടന്നുപോയ ഘട്ടമാണ്. ലോകത്തിലെതന്നെ ഏറ്റവും ഹിംസാത്മകമായ അക്രമങ്ങൾ മനുഷ്യന് നേരെ അവിടെ അരങ്ങേറി. അവയെക്കുറിച്ചുള്ള വാർത്തകൾക്കായി, മലയാളികളടക്കം പലപ്പോഴും ആശ്രയിക്കുന്ന പടിഞ്ഞാറൻ മാധ്യമങ്ങൾ പലപ്പോഴും വസ്തുതകളെ മൂടിവെച്ചു. അതുകൊണ്ടുതന്നെ, നേർദിശയിലുള്ളതും ആഴമുള്ളതുമായ വിവരണങ്ങൾ നമ്മുടെയൊക്കെ ഉപരിതല

വായനകളിൽ ചോർന്നു പോയിട്ടുണ്ടാകണം. ആ അഭാവ ത്തെയാണ്, പല അടരുകളിലൂടെ മിഡിൽ ഈസ്റ്റിനെ വിശ ദീകരിച്ച് അബ്ബാസ് നികത്തുന്നത്.

പലായന പ്രശ്നത്തെ വിശദമായി ലേഖനങ്ങളിൽ പരാ മർശിക്കുന്നു. കടുത്ത ശൈത്യത്തിലും പെരുംചൂടിലും ഒറ്റപ്പെട്ട മരുഭൂമികളിലെ താത്കാലിക ഷെഡ്ഡുകളിൽ അതിജീവനം അസാധ്യമാണെന്നറിഞ്ഞിട്ടും ഉരുകി ജീവിക്കുന്ന, ഭൂമിയോ കിടപ്പാടമോ ഇല്ലാത്ത മനുഷ്യരുടെ സ്ഥിതി വായിക്കുമ്പോൾ നമ്മുടെ ഉള്ളു പൊള്ളും. അവർക്കായി നടക്കുന്ന ഏതേത് കാരുണ്യ സംരംഭങ്ങളിലും പങ്കാളികളാകാൻ പ്രേരിപ്പിക്കും. ആ തരത്തിൽ മനുഷ്യസ്നേഹം ഉണർത്തുന്ന ഒരു കൃതി കൂടിയാണിത്.

പതിറ്റാണ്ടിലേറെ യു.എ.ഇയിൽ പത്രപ്രവർത്തനം നട ത്തിയ അനുഭവം കെ.എം അബ്ബാസിന്റ കാഴ്ചകളെയും വിശകലനങ്ങളെയും സൂക്ഷ്മമാക്കുന്നു. ലോകത്തിലെതന്നെ പ്രധാനപ്പെട്ട മഹാനഗരങ്ങളിലൊന്നിൽ, വിവിധ മനുഷ്യരെ ദിനേനെ കാണുകയും സമ്പർക്കത്തിലേർപ്പെടുകയും ചെയ്തതിന്റെ നൈപുണ്യമുള്ള ഒരു പത്രപ്രവർത്തകന് പറയാ നുള്ളത് കനമുള്ള കാര്യങ്ങളാകും. മിഡിൽ ഈസ്റ്റിനെ അങ്ങനെ കനത്തിൽ ഈ പുസ്തകം അനാവരണം ചെയ്യുന്നു.

■

ദായിഷ് അവസാനിക്കുമ്പോൾ

ഭീകരതയുടെ അവസാന വാക്കായ ഇസ്‌ലാമിക് സ്റ്റേറ്റ് അഥവാ ദായിഷ് ഏതാണ്ട് അസ്തമിച്ചു. ഇറാഖിൽനിന്നും സിറിയയിൽ നിന്നും അവർ ആട്ടിയോടിക്കപ്പെട്ടു. അവരുടെ നേതാവ് അബൂബക്കർ ബാഗ്ദാദി കൊല്ലപ്പെടുകയോ പലായനത്തിനുള്ള വഴി തേടുകയോ ചെയ്തു. ഇറാഖിൽ മൊസൂളായിരുന്നു ഐ.എസ്സിന്റെ ശക്തി കേന്ദ്രം. അവിടെ ഒളിസങ്കേതങ്ങളിലാണ് ലോകത്തിന്റെ വിശേഷിച്ച് മധ്യപൗരസ്ത്യ ദേശത്തിന്റെ ഉറക്കം കെടുത്തിയ കൊടിയ ചിന്താ പദ്ധതികൾക്ക് അവർ രൂപം നൽകിയിരുന്നത്. 2019 മാർച്ച് ഏഴിന് ഇറാഖി സൈന്യം ആ 'ഭരണകൂട' കേന്ദ്രം പിടിച്ചെടുത്തു. അബൂബക്കർ ബാഗ്ദാദിയും കൂട്ടരും സ്വപ്നം കണ്ട 'ഖലീഫ' സാമ്രാജ്യത്തിന്റെ ആസ്ഥാനമായിരുന്നു അത്. ഇതോടെ അവരുടെ പതനം തുടങ്ങി.

'വഹാബി' ആശയങ്ങളുമായി 1999ലാണ് ഐ.എസ്. പിറവിയെടുക്കുന്നത്. സദ്ദാം ഹുസൈന്റെ ഭരണം ദുർബലപ്പെടുത്തുകയായിരുന്നു ലക്ഷ്യം. അൽഖയ്ദ ഇൻ ഇറാഖ് (AQI) എന്നായിരുന്നു അതിന്റെ ആദ്യ പേര്. 2003ൽ അമേരിക്കയും സഖ്യസേനയും ഇറാഖ് ആക്രമിക്കുമ്പോൾ ഐ.എസ്. അവരെ പിന്തുണച്ചു. 2006ൽ അൽഖയ്ദ ഇൻ ഇറാഖ് നേതാവ് അബൂ മൂസബ് അൽ സർഖാവി കൊല്ലപ്പെട്ടു. അൽഖയ്ദയുടെ പിന്നാമ്പുറക്കാർ ഇസ്‌ലാമിക് സ്റ്റേറ്റ് ഓഫ് ഇറാഖ് ആൻഡ് അൽ ശാം (ഐസിസ്) എന്ന് പുനഃനാമകരണം ചെയ്യപ്പെട്ടു. മധ്യപൗരസ്ത്യ ദേശത്തെ ശിഥിലീകരിക്കാൻ സാമ്രാജ്യത്വ ശക്തികൾ രൂപം നൽകിയതാണതെന്ന് വലിയൊരു വിഭാഗം ആളുകൾ വിശ്വസിക്കുന്നു. 2014ൽ അബൂബക്കർ ബാഗ്ദാദി അതിന്റെ നേതൃത്വത്തിലെത്തി. ഭൂതത്തെ കുടത്തിൽനിന്ന് തുറന്നുവിട്ടതുപോലെ, ഭീകരപ്രവർത്തനങ്ങൾ ലോകമാകെ വ്യാപിച്ചു. പലയിടത്തും

മനുഷ്യരെ കൂട്ടക്കൊല ചെയ്തു. എവിടെ നിന്നാണ് അവർക്ക് ആയുധങ്ങൾ ലഭിക്കുന്നതെന്ന് ആരും ചോദിച്ചില്ല. കാരണം, ആ ചോദ്യത്തിന്റെ ഉത്തരം ചെന്നെത്തുക, സദ്ദാം ഹുസൈനെയും കേണൽ മുഅമ്മർ ഗദ്ദാഫിയെയും വധിച്ചവരിലേക്കാകും. സിറിയയിൽ പ്രസിഡന്റ് ബശാർ അൽ അസദിനെ തൂക്കിലേറ്റാൻ ശ്രമിക്കുന്നവരുടെ പിറകിലേക്കും എത്തും.

2015ലാണ് ഐ എസ് വലിയ ഭീകരതയുടെ പടയോട്ടം നടത്തിയത്. സിറിയയുടെയും ഇറാഖിന്റെയും ഭൂരിപക്ഷം പ്രദേശങ്ങളും ഐ.എസ്സിന്റെ കൈയിലായി. അവിടങ്ങളിൽ, വിശേഷിച്ച് പടിഞ്ഞാറൻ ഇറാഖിലും കിഴക്കൻ സിറിയയിലും ജനങ്ങളെ ഭീഷണിപ്പെടുത്തി കാൽകീഴിലാക്കി. ചരിത്രസ്മാരകങ്ങൾ തല്ലിത്തകർത്തു. അനേകം ആളുകളെ പരസ്യമായി കൊലപ്പെടുത്തി. ഇസ്‌ലാമിക നിയമങ്ങളെ വളച്ചൊടിച്ചാണ് പലയിടത്തും അധികാരം സ്ഥാപിച്ചത്. എതിർശബ്ദങ്ങളെ അടിച്ചമർത്താൻ 'ഇമ്നി' എന്ന പേരിൽ രഹസ്യാന്വേഷണ ശൃംഖലയുണ്ടായിരുന്നു. ഏതാണ്ട് രണ്ട് ലക്ഷം പേരുടെ സൈന്യമാണ് ഇവർക്കുണ്ടായിരുന്നത്. കാർ ബോംബ്, ചാവേർ സ്ഫോടനങ്ങൾ വ്യാപകമായിരുന്നു. സിറിയയിൽ രാസായുധങ്ങൾ പ്രയോഗിച്ചു. ഇറാഖിലെ ഫല്ലൂജയിൽ 2014 ഏപ്രിലിൽ ജലസ്രോതസ്സുകൾ പിടിച്ചടക്കിയാണ് ഭീകര മുഖം തുറന്നത്. ഷിയാ ഭൂരിപക്ഷ കേന്ദ്രങ്ങളിലേക്കുള്ള ജലവിതരണം റദ്ദ് ചെയ്തു. 12,000 കുടുംബങ്ങൾക്ക് പലായനം ചെയ്യേണ്ടിവന്നു.

ഇറാഖിലും സിറിയയിലും മുന്നേറിക്കൊണ്ടിരിക്കെത്തന്നെ, ഇരുപതോളം രാജ്യങ്ങളിലേക്ക് ചാവേറുകളെ അയച്ചു. ഫ്രാൻസിലും മറ്റും ബോംബാക്രമണങ്ങളിലും നിരവധി പേരെ കൊലപ്പെടുത്തി. ടുണീഷ്യ, സഊദി അറേബ്യ, റഷ്യ എന്നിവിടങ്ങളിൽ നിന്നാണ് കൂടുതലായും ചാവേറുകൾ റിക്രൂട്ട് ചെയ്യപ്പെട്ടത്. ഗൾഫ് രാജ്യങ്ങൾ ഐ.എസ്സിനെതിരെ കർശന നടപടിയാണ് സ്വീകരിച്ചത്. സഊദി അറേബ്യയും യു.എ.ഇയും ഇവരെ വേരോടെ പിഴുതെറിയാൻ തുനിഞ്ഞിറങ്ങി. യുവതീയുവാക്കൾക്കിടയിൽ ബോധവൽക്കരണം നടത്തി, ശരിയായ ജീവിതപാതയിലേക്ക് കൊണ്ടുവന്നു.

സാമൂഹിക മാധ്യമങ്ങളെ ദുരുപയോഗം ചെയ്താണ് വിദേശത്ത് നിന്ന് ആളുകളെ ഐ.എസ്. റിക്രൂട്ട് ചെയ്തിരുന്നത്. ഇന്ത്യയിൽ നിന്നടക്കം നിരവധി ആളുകൾ ഐ.എസ്സിൽ എത്തിപ്പെട്ടു. മിക്കവരും വിദ്യാസമ്പന്നരായിരുന്നു എന്നതാണ് വൈരുധ്യം. കേരളത്തിൽ നിന്ന് എത്തിയവർ, നരകജീവിതത്തിന്റെ നേർകാഴ്ചകൾ അറിയിച്ചു.

സിറിയയിൽ ഐ എസിനെതിരെ ലോകശക്തികൾ ഇരുട്ടിൽ തപ്പുമ്പോഴാണ് റഷ്യൻസേന രംഗത്ത് വരുന്നത്. അലപ്പോയിലും മറ്റും റഷ്യൻ സേന നിരന്തരം ബോംബ് വർഷം നടത്തി. ഇതോടെ ഐ.എസ്. ആക്രമണകാരികൾ പ്രതിരോധത്തിലായി.

സിറിയയിൽ ചില സ്ഥലങ്ങളിൽ വേഷം മാറി ഐ.എസ്, വേറെ പേരുകളിൽ പ്രവർത്തിക്കുന്നുവെങ്കിലും അധികനാൾ പിടിച്ചുനിൽക്കാനാകില്ല. ബശാർ അൽ അസദിനെതിരെ അമേരിക്കയും സഖ്യകക്ഷികളും നടത്തുന്ന നീക്കം വിജയം കണ്ടാൽ, ഐ.എസ്. വീണ്ടും രംഗത്തുവന്നേക്കാം. പക്ഷേ, അതൊരു വിദൂരസാധ്യത മാത്രമാണ്.

ഇറാഖിൽ അമേരിക്കൻ സൈന്യവും സിറിയയിൽ റഷ്യൻ സൈന്യവും കുറച്ചു കാലത്തേക്കെങ്കിലും തുടരണമെന്നാണ് അറബ് ലീഗ് നേതാക്കൾ ആവശ്യപ്പെടുന്നത്. കാരണം മുള്ളിനെ മുള്ളു കൊണ്ടാണ് എടുക്കേണ്ടത്.

■

സിറിയയിൽ ചോരച്ചാലുകൾ നിറഞ്ഞൊഴുകിയപ്പോൾ

സിറിയൻ ജനസംഖ്യയിൽ 90 ശതമാനം ആളുകൾ ഇപ്പോഴും നരക യാതന അനുഭവിക്കുന്നു. ശുദ്ധജലമോ വൈദ്യുതിയോ കുട്ടികൾക്ക് മതിയായ വിദ്യാഭ്യാസ സൗകര്യമോ ഇല്ല. ലക്ഷക്കണക്കിനാളുകൾ അഭയാർത്ഥികളായി സമീപരാജ്യങ്ങളിൽ കഴിയുന്നു. തുർക്കിയിൽ മാത്രം 20 ലക്ഷം. ഈ കാലഘട്ടത്തിലെ ഏറ്റവും വലിയ അഭയാർ ത്ഥികൾ സിറിയക്കാരാണ്, 67 ലക്ഷം പേർ. ജനിച്ചു വളർന്ന നാടും വീടും വിട്ട് ഏതെല്ലാമോ രാജ്യങ്ങളിൽ അവർ എത്തിപ്പെട്ടു. മരു ഭൂമിയിൽ കൂടാരങ്ങളിൽ പതിനായിരക്കണക്കിന് കുടുംബങ്ങളാണ് വർഷങ്ങളായി കഴിയുന്നത്.

ഏതാനും വർഷം മുമ്പ് പ്രാണഭയത്താൽ കടൽ കടക്കാൻ ശ്രമിച്ചു മരണത്തിന് കീഴടങ്ങിയ ഐലാൻ കുർദി എന്ന പിഞ്ചു കുഞ്ഞിന്റെ മൃതദേഹം കടപ്പുറത്തു കണ്ടെത്തിയത് നടുക്കുന്ന ഓർമ്മയാണ്. എന്നാൽ, മാനവികതയിൽ വിശ്വസിക്കുന്നു എന്നവകാശപ്പെടുന്ന ലോക നേതാക്കൾക്ക് തരിമ്പും കുറ്റബോധമുണ്ടായില്ല. അവർ ആയുധ ങ്ങളെക്കുറിച്ചാണ് ആലോചിച്ചുകൊണ്ടിരുന്നത്. ആയുധ വ്യാപാരി കൾക്ക് എങ്ങനെ ഡോളർ നേടിക്കൊടുക്കാൻ കഴിയും. അതിനായി കരുനീക്കം നടത്തി. സമാധാനത്തിന്റെ ഭാഷ അവർ മറന്നുപോയി. ഏറ്റവുമൊടുവിൽ തുർക്കി ഭരണാധികാരി ത്വയ്യിബ് ഉർദുഗാന്റെ വകയാണ് കൂട്ടക്കുരുതികൾ. സിറിയൻ കുർദ് മേഖലയിൽ തുർക്കി യുടെ പോർ വിമാനങ്ങൾ നൂറുകണക്കിനാളുകളെ കൊന്നൊടുക്കി. 60000ലധികം ആളുകൾ ജീവൻ കൈയിൽ പിടിച്ച് ഓടി. അയൽ രാജ്യമായ തുർക്കിയിലേക്ക് കടക്കാൻ വയ്യ. കുർദ് മേഖലയിൽ നിന്നാണെങ്കിൽ, അവർ സുന്നികൾ ആണെങ്കിൽപോലും വേട്ടയാട പ്പെടും. അതിനാൽ അവർ ഭീകരവാദികൾ കൈയടക്കി വെച്ചിരി ക്കുന്ന സ്ഥലങ്ങളിലേക്ക് ആട്ടിയോടിക്കപ്പെട്ടു. എന്താണ് ഈ വ്യോമാ ക്രമണങ്ങൾക്കു കാരണം? സിറിയൻ അഭയാർഥികളെക്കൊണ്ട്

പൊറുതിമുട്ടിയിരിക്കുകയാണത്രെ തുർക്കി. തുർക്കിയിലുള്ള സിറിയക്കാരെ പുനരധിവസിപ്പിക്കാൻ ഉർദുഗാൻ കണ്ടുവെച്ചിരിക്കുന്ന സ്ഥലം നെടുനീളത്തിൽ സിറിയയുടെ വടക്കൻഭാഗങ്ങളാണ്. ഇവിടെ കുർദുകൾക്കാണ് ആധിപത്യം. അതേസമയം കുർദുകളിലെ തീവ്രവാദ സംഘങ്ങളുടെ വിളനിലമാണിത്. എന്നിരുന്നാലും ഐ.എസ്സിനോളം അപകടകാരികളല്ല. സിറിയൻ അഭയാർത്ഥികളെ ഇവിടേക്ക് എത്തിക്കുന്നതിനെ അവർ എതിർക്കുന്നു. യൂഫ്രട്ടീസ് നദിക്ക് കിഴക്കായി ഒഴിഞ്ഞ സ്ഥലം ധാരാളം ഉണ്ടെന്നതാണ് ഉർദുഗാന്റെ ന്യായീകരണം. പക്ഷേ, തുർക്കിയിൽ ശത്രുപക്ഷത്ത് നിൽക്കുന്ന കുർദുകളെ പാഠം പഠിപ്പിക്കുക എന്നതും ഉർദുഗാന്റെ ലക്ഷ്യമാണ്.

അഭയാർത്ഥികൾക്കും ആന്തരികമായി കുടിയൊഴിപ്പിക്കപ്പെട്ടവർക്കും എന്താണ് സംഭവിക്കാൻ പോകുന്നതെന്ന് ആർക്കും അറിയില്ല, സംഘർഷം എന്നത്തേക്കാളും പ്രവചനാതീതമാണ്. രാജ്യത്തെ ജനസംഖ്യയുടെ പകുതിയും അവരുടെ വീടുകളിൽ നിന്ന് പിഴുതെറിയപ്പെടുമ്പോൾ, 1. 2കോടി ആളുകൾക്ക് അവരുടെ ജീവിതവുമായി മുന്നോട്ടുപോകാനുള്ള വഴികളെക്കുറിച്ച് അവ്യക്തത ഉണ്ടാകുമ്പോൾ രാഷ്ട്രനേതാക്കൾ മനുഷ്യത്വത്തെക്കുറിച്ച് അഗാധമായി ചിന്തിക്കേണ്ടതാണ്. പക്ഷേ എല്ലാവരിലും അനുകമ്പ വറ്റിയിരിക്കുന്നു. അടിച്ചമർത്തൽ ഒന്നിനും പരിഹാരമല്ലെന്ന് മനസ്സിലാക്കുന്നില്ല.

സിറിയൻ ഭരണാധികാരി ബശാർ അൽ അസദും പ്രതിപക്ഷവും തമ്മിൽ, കുർദുകളും ഐസിസും തമ്മിൽ, ഐസിസും മറ്റ് സായുധ സംഘങ്ങളും തമ്മിൽ യുദ്ധം തുടങ്ങിയിട്ട് വർഷങ്ങളായി. ഇനിയും വർഷങ്ങളോളം ഇതേ സ്ഥിതി തുടരുമെന്ന് പറയുമ്പോൾ എത്ര മാത്രം മനുഷ്യർ കൊല്ലപ്പെടും? അയൽരാജ്യങ്ങളിൽ അഭയം പ്രാപിച്ച 40 ലക്ഷം പേർക്ക് എന്ത് സംഭവിക്കും? സിറിയൻ അഭയാർത്ഥികൾക്കായി 450 കോടി ഡോളർ ഐക്യരാഷ്ട്രസഭ പ്രഖ്യാപിച്ചിരുന്നു. എന്നാൽ 24 ശതമാനം മാത്രമാണ് ചെലവഴിക്കപ്പെട്ടത്. അഭയാർത്ഥികൾക്ക് എവിടെയും മികച്ച ജോലി ലഭിക്കുന്നില്ല. അവരുടെ മക്കൾക്ക് വേണ്ടത്ര വിദ്യാഭ്യാസ സൗകര്യമില്ല. അഭയാർത്ഥികൾക്ക് ഒരു സമാധാനമേഖല നല്ല ആശയമാണെങ്കിലും തുർക്കി അത് നടപ്പാക്കാൻ കാണിക്കുന്ന വ്യഗ്രത എരിതീയിൽ എണ്ണ ഒഴിക്കുന്നതിനു തുല്യം.

യു.എൻ. പൊതുസഭയുടെ വാർഷിക സമ്മേളനത്തിലാണ് ഉർദുഗാൻ സിറിയയിൽ സമാധാനമേഖല എന്ന ആശയം അവതരിപ്പിച്ചത്. തുർക്കി അതിർത്തിയിൽ വടക്കുകിഴക്കൻ സിറിയയിൽ അഭയാർത്ഥികളെ കുടിയിരുത്തുന്ന പദ്ധതിക്കായി അദ്ദേഹം വാദിച്ചു. താമസിയാതെ

സൈനികനീക്കവും തുടങ്ങി; എതിരിടാൻ കുർദ് തീവ്രവാദികളും. ഇതോടെ മറ്റൊരു കൂട്ടക്കുരുതിക്ക് ആരംഭമായി...

2013ലാണ് ഐ.എസ്. മൂന്നു ലക്ഷം ആളുകൾ താമസിക്കുന്ന റഖ നഗരം പിടിച്ചടക്കിയത്. അഞ്ചു വർഷം മുമ്പ് വരെ, വിനോദ സഞ്ചാരികളുടെ പറുദീസയായിരുന്ന അലെപ്പോയ്ക്ക് സമീപം യൂഫ്രട്ടീസ് നദീതീരത്ത് സംഗീതവും നൃത്തവുംകൊണ്ട് ആരവങ്ങളുയർത്തിയിരുന്ന റഖ ഏതാനും ദിവസത്തിനകം ചാമ്പലായി. റഷ്യയുടെയും ഫ്രാൻസിന്റെയും യുദ്ധവിമാനങ്ങൾ ഇടതടവില്ലാതെ ബോംബ് വർഷിച്ചു. ആളുകൾ തിങ്ങിത്താമസിക്കുന്ന സ്ഥലങ്ങളിൽ ഭീകരർ ഒളിച്ചിരുന്നതാണ് കാരണം.

ഖലീഫ ഹാറൂൺ റശീദിന്റെ തട്ടകമായിരുന്ന, അബ്ബാസിയ കാലഘട്ടത്തിന്റെ ചരിത്രം ഉറങ്ങിക്കിടക്കുന്ന റഖയുടെ വിലാപം ആരും കേട്ടില്ല. ആയിരങ്ങൾ കൊല്ലപ്പെട്ടു. ബാക്കിയുള്ളവർ പലായനം ചെയ്തു. നഗരം ശ്മശാനമൂകമായി. ഉത്തരവാദികൾ ഭീകരർ തന്നെ. ആദ്യം അവർ റഖയിലെ ഷിയാ മസ്ജിദ് ഉവൈസ് അൽ ഖർനി തകർത്തു. പിന്നീട് സിറിയൻ പ്രസിഡന്റ് ബശർ അൽ അസദിനെ അനുകൂലിക്കുന്നവരെ വകവരുത്തി. ഇവിടത്തെ എണ്ണപ്പാടങ്ങൾ കൈക്കലാക്കി. ഇവിടത്തെ ഭവനങ്ങൾ കേന്ദ്രീകരിച്ചാണ് ആക്രമണങ്ങൾ ഭീകരർ ആസൂത്രണം ചെയ്യുന്നതെന്ന് പാശ്ചാത്യ ഭരണകൂടങ്ങൾ കരുതി. അവരും ബോംബ് വർഷിച്ചു.

ഈജിപ്തിൽ വിമാനം ബോംബ് വെച്ചുതകർത്തതിന്റെ പ്രതികാരമായി റഷ്യ, സിറിയയിലെ ഐ.എസ്. കേന്ദ്രങ്ങളിലെമ്പാടും ബോംബിട്ടു. 24 മണിക്കൂറിൽ 200 ബോംബുകളാണ് വർഷിച്ചത്. എണ്ണയുൽപാദനകേന്ദ്രങ്ങളിൽനിന്ന് ഭീകരവാദികളെ തുരത്തുകയാണ് പ്രാഥമിക ലക്ഷ്യമെന്ന് റഷ്യ പറഞ്ഞു. ഭീകരരുടെ വരുമാനം എണ്ണവിൽപനയിൽ നിന്നാണ്. ഇവ വാങ്ങുന്നവരിൽ അമേരിക്കൻ കമ്പനികളുമുണ്ട്. റഷ്യ ഇടതടവില്ലാതെ ബോംബിടുന്നതിനെ അതുകൊണ്ടുതന്നെ അമേരിക്ക എതിർത്തു. പക്ഷേ, റഷ്യ വിട്ടുകൊടുത്തില്ല.

എണ്ണ വിൽപനയിലൂടെ 32 കോടി ഡോളർ ഐ.എസ്. നേടിയിട്ടുണ്ടെന്നാണ് റഷ്യയുടെ നിഗമനം. ലോകത്ത് ഏറ്റവും വരുമാനമുള്ള ഭീകരവാദഗ്രൂപ്പ് ഐ.എസ്സാണ്. ഓരോ ദിവസവും 40,000 ബാരൽ എണ്ണ ഉൽപാദിപ്പിക്കാനുള്ള ശേഷി ഐ.എസ്. നേടിയിരുന്നു.

ഫ്രാൻസും ആക്രമണം നടത്തി. ധാരാളം ആളുകൾ കൊല്ലപ്പെട്ടു. അഭയാർത്ഥിപ്രവാഹം വർദ്ധിച്ചു. അതുകൊണ്ടുതന്നെ ഭീകരതയ്ക്കെതിരെ ശക്തമായ നടപടിക്കൊപ്പം സാധാരണക്കാരെ

രക്ഷപ്പെടുത്താനുള്ള നീക്കം വേണമെന്ന ആവശ്യം മനുഷ്യാവകാശ സംഘടനകൾ ഉയർത്തി.

സിറിയയിൽനിന്ന് ആയിരക്കണക്കിന് കുടുംബങ്ങൾ പലായനം തുടർന്നു. തുർക്കി, ഗ്രീസ് വഴി പാശ്ചാത്യ രാജ്യങ്ങളിലെത്തി. ഗ്രീസിലെ ലെസ്‌വോസ് ദ്വീപ് അറിയപ്പെടുന്നത് തന്നെ അഭയാർത്ഥികളുടെ തീരം എന്ന പേരിൽ. കെട്ടുവള്ളത്തിലും വഞ്ചിയിലും കുട്ടികളടക്കം ലെസ്‌വോസ് ദ്വീപിൽ എത്തും. പലരും പുറമ്പോക്കിലാണ് അന്തിയുറങ്ങുക. അവിടെ നിന്ന് ട്രക്കിലും മറ്റും ഏഥൻസിലേക്ക്.

പാരീസിൽ ഭീകരാക്രമണത്തിൽ നൂറിലധികം പേർ കൊല്ലപ്പെട്ടതിനാൽ പാശ്ചാത്യ രാജ്യങ്ങൾ അഭയാർത്ഥികൾക്കുനേരെ വാതിൽ കൊട്ടിയടച്ചു. അഭയാർത്ഥികളുടെ കൂട്ടത്തിൽ ഭീകരവാദികൾ എത്തുമെന്ന് സംശയിച്ചാണിത്.

അഭയാർത്ഥികളെ പ്രവേശിപ്പിക്കരുതെന്ന് അമേരിക്കയിലെ പ്രതിപക്ഷമായ റിപ്പബ്ലിക്കൻ പാർട്ടി മുന്നറിയിപ്പ് നൽകി. പേപ്പട്ടിയെപ്പോലെ തല്ലിയോടിക്കണമെന്ന് പറഞ്ഞ പാർലമെന്റ് അംഗങ്ങളുണ്ട്. പട്ടികളെയും പേപ്പട്ടികളെയും തിരിച്ചറിയണമെന്നുള്ള ബെൻ കാർസണിന്റെ പ്രയോഗം എതിർപ്പ് ക്ഷണിച്ചുവരുത്തിയെങ്കിലും അഭയാർത്ഥികളോട് പൊതുവെയുണ്ടായിരുന്ന കാരുണ്യഭാവം ആളുകളിൽ കുറഞ്ഞു. അഭയാർഥികളെ വെറുക്കുന്നത് അമേരിക്കൻ മൂല്യങ്ങൾക്ക് നിരക്കാത്തതാണെന്ന് അന്നത്തെ പ്രസിഡന്റ് ബരാക് ഒബാമ ചൂണ്ടിക്കാട്ടിയിട്ടും ഫലമുണ്ടായില്ല. മസാച്ചുസെറ്റ്സ്, ഫ്ളോറിഡ, ടെക്സാസ് തുടങ്ങിയ സ്ഥലങ്ങളിൽ മസ്ജിദുകൾ തകർക്കപ്പെട്ടു.

ജർമ്മനിയാണ് ഇക്കാര്യത്തിൽ അൽപം മിതവാദ സമീപനം പുലർത്തിയത്. ഭീകരാക്രമണത്തെയും അഭയാർത്ഥികളെയും കൂട്ടിക്കെട്ടേണ്ടെന്ന് ജർമനി നേരത്തെതന്നെ വ്യക്തമാക്കിയിരുന്നു. അഞ്ചു വർഷത്തിനിടയിൽ 42 ലക്ഷം സിറിയക്കാർ അഭയാർത്ഥികളായെന്നാണ് അനൗദ്യോഗിക കണക്ക്. ഇതിൽ ആറു ശതമാനമാണ് യൂറോപ്പിലെത്തിയത്. കുറേ പേർ ജോർദാൻ, തുർക്കി തുടങ്ങിയ രാജ്യങ്ങളിലാണ്. തുർക്കിയിൽ 22 ലക്ഷം സിറിയക്കാരുണ്ട്. സിറിയയ്ക്കകത്തുതന്നെ സമാധാനമുള്ള സ്ഥലങ്ങളിലേക്ക് പറിച്ചുനടപ്പെട്ടവർ വേറെ. ഒരേ അഭയാർത്ഥി ക്യാമ്പിൽ വർഷങ്ങളായി താമസിച്ചവരും കുറവല്ല.

സിറിയയിൽ ആഭ്യന്തരക്കുഴപ്പം തുടങ്ങിയതിനുശേഷം 2.4 ലക്ഷം പേർ കൊല്ലപ്പെട്ടു. ഇതിൽ 12,000 കുട്ടികൾ. ഭീകരരും പാശ്ചാത്യ സൈന്യവും ഒരേപോലെ ജനങ്ങളെ വേട്ടയാടി. അംഗവൈകല്യം

വന്ന പത്ത് ലക്ഷത്തിലധികം പേർ വിവിധ ആശുപത്രികളിലുണ്ട്. അവരുടെ ഭാവി അനിശ്ചിതാവസ്ഥയിൽ. എങ്ങോട്ടും ഓടിപ്പോകാൻ കഴിയാതെ നരകതുല്യ ജീവിതമാണ് അവർ നയിക്കുന്നത്.

ആരോഗ്യം, വിദ്യാഭ്യാസം തുടങ്ങിയ മേഖലകളിലെ അടിസ്ഥാന സൗകര്യങ്ങൾ പൂർണമായും നശിപ്പിക്കപ്പെട്ടതിനാൽ സിറിയ ഒന്നടങ്കം മരുപ്രദേശത്തിന് തുല്യമാണ്. ലോകത്തിലെ ഏറ്റവും വലിയ ദുരന്തമാണ് സിറിയ. തണുപ്പുകാലത്തിന്റെ ആഗമനം അഭയാർത്ഥികളുടെ ജീവിതത്തെ കുറേക്കൂടി ദുരിതപൂർണമാക്കി. കൊടുംതണുപ്പിൽ പലരും മരിച്ചിരുന്നു.

അഭയാർത്ഥികളാക്കപ്പെടുന്നവരുടെ രോദനം കേൾക്കാതിരുന്നുകൂടാ. ഒരു കുറ്റവും ചെയ്യാതെ, ചെകുത്താനും കടലിനും ഇടയിൽ പെട്ടുപോയവരാണ് മഹാഭൂരിപക്ഷം..

■

ഇറാഖ് – വൈരുധ്യങ്ങളുടെ പെരുംകാഴ്ചകൾ

ഇറാഖിലെ ന്യൂനപക്ഷ വിഭാഗമാണ് 'യാസിദി'കൾ. സിഞ്ജാർ എന്ന പർവതപ്രദേശത്താണ് ഇവർ കൂടുതലായും താമസിക്കുന്നത്. ഇവർ മാലിക് താവൂൻ എന്ന മാലാഖയെ ആരാധിക്കുന്നവർ; ഇവർ സ്വർഗനരകങ്ങളിൽ വിശ്വസിക്കുന്നില്ല.

ഇറാഖിനു പുറമെ സിറിയ, തുർക്കി, ജോർജിയ, അർമേനിയ എന്നിവിടങ്ങളിൽ ഇവർക്ക് പ്രത്യേക പരിഗണന ലഭിച്ചിരുന്നു. തുർക്കി യിൽ ഒരു മതത്തിലുംപെടാത്തവർ എന്ന തിരിച്ചറിയൽ കാർഡാണ് ഇവർക്കുള്ളത്. ഇറാഖിൽ ചില സ്ഥലങ്ങളിൽ കുർദുകളുടെ അവാന്തര വിഭാഗമായാണ് കണക്കാക്കപ്പെടുന്നത്. എന്നാൽ, കുർദുകളുടെ ആക്രമണത്തിന് ഇവർ വിധേയരായിട്ടുണ്ട്. പിശാചിനെ ആരാധിക്കുന്നു എന്ന് കുറ്റപ്പെടുത്തിയാണിത്.

കുർദിസ്ഥാനോട് ചേർന്നാണ് സിൻജാർ. പതിനായിരത്തോളം കുടുംബങ്ങളാണുണ്ടായിരുന്നത്. ഇവർക്കുനേരെ ഇസ്‌ലാമിക് സ്റ്റേറ്റ് ഓഫ് ഇറാഖ് ആന്റ് ദി ലിവാന്ത് (ഐസിൽ) ആക്രമണം അഴിച്ചുവിട്ടു. മിക്കവരും ഒരു കുന്നിൻമുകളിലേക്ക് പലായനം ചെയ്തു.

രണ്ട് ദിവസത്തിനകം 30,000 കുടുംബങ്ങൾ വീടുവിട്ടോടിയെന്നും കുട്ടികളടക്കം പലരും വിശന്ന് തളർന്നു മരിച്ചെന്നും ഇറാഖ് പാർലമെന്റംഗം വിയാൻ ദാഖിൽ ചൂണ്ടിക്കാട്ടി. ഇവരുടെ രോദനം പാർലമെന്റിൽ അലയടിച്ചു.

''എന്റെ കുടുംബം കൂട്ടക്കൊലക്കിരയായി. രക്ഷപ്പെടാൻ ചില കുടുംബങ്ങൾ തുർക്കിയിലേക്ക് പലായനം ചെയ്തു. ഞങ്ങളെ, രക്ഷിക്കൂ, രക്ഷിക്കൂ.'' വിയാൻ ദാഖിൽ ഇത് പറഞ്ഞശേഷം ബോധം കെട്ടു വീണു. ഏതാണ്ട് നാല്പതിനായിരത്തോളം ആളുകൾ കുടിവെള്ളംപോലും ലഭിക്കാതെ പർവതപ്രദേശത്ത് കുറേ രാപകലുകൾ താണ്ടി.

ഇറാഖിൽ ക്രിസ്ത്യൻ സമൂഹത്തിനു നേരെയും ആക്രമണങ്ങൾ നടന്നു. ലോകത്ത് ക്രിസ്തുമതത്തിന്റെ ആദ്യകാലങ്ങളിൽ തന്നെ ഇറാഖിൽ ക്രിസ്ത്യാനികൾ ഉണ്ട്. മിക്ക ഭരണകൂടങ്ങളും ഇവരെ പരിരക്ഷിച്ചു. മൊസൂളിനു സമീപം ഖരാഖോഷിൽ ആയിരക്കണക്കിന് ക്രിസ്ത്യൻ കുടുംബങ്ങളുണ്ടായിരുന്നു. ഇവിടെ നിന്ന് നിരവധി കുടംബങ്ങൾ പലായനം ചെയ്തു. കത്തോലിക്കാവിഭാഗമായ കാൽഡിയൻസാണ് ആക്രമണങ്ങൾക്ക് വിധേയരായത്.

സദ്ദാം ഹുസൈന്റെ കാലത്ത് ക്രിസ്ത്യാനികൾക്ക് ഭരണത്തിൽ പങ്കാളിത്തമുണ്ടായിരുന്നു. മിഖായേൽ യുഹന്ന എന്ന പേരിൽ ഒരു ക്രിസ്ത്യാനിയായി ജനിച്ച താരിഖ് അസീസ് ഇറാഖിൽ വിദേശ കാര്യമന്ത്രിയും ഉപപ്രധാനമന്ത്രിയും ആയിരുന്നു. 2003ൽ അമേരിക്കൻ അധിനിവേശത്തിനുശേഷം ഇവരുടെ കണക്കുകൂട്ടലുകൾ തെറ്റി. ഇനി ഇറാഖിൽ രക്ഷയില്ലെന്ന് തിരിച്ചറിഞ്ഞു.

പലരും പാശ്ചാത്യരാജ്യങ്ങളിലേക്ക് കുടിയേറി. അമേരിക്ക ഇറാഖിൽ സ്ഥാപിച്ച പാവ സർക്കാറുകളിൽ ക്രിസ്ത്യാനികൾക്ക് വിശ്വാസം പോരായിരുന്നു. തുടർന്നും ഐ.എസ്സിൽ ആക്രമണം രൂക്ഷമായപ്പോൾ ഇത് ദുരന്തമായി മാറി. ഇപ്പോൾ നാലരലക്ഷം ക്രിസ്ത്യാനികൾ മാത്രമേ ഇറാഖിലുള്ളൂ.

സദ്ദാം ഹുസൈൻ ഭരിച്ചുകൊണ്ടിരുന്നപ്പോൾ സംരക്ഷിക്കപ്പെട്ടവരൊക്കെ കൊടുംക്രൂരതയ്ക്ക് വിധേയരായി. ക്രിസ്ത്യാനികൾ, യാസിദികൾ, സുന്നികളിലെ ഒരു വിഭാഗം എന്നിവരൊക്കെ ഭീതിയിലാണ് കഴിഞ്ഞത്. ഒരു ഭാഗത്ത് ഇറാഖിലെ ശിയാ തീവ്രവാദികൾ. മറുഭാഗത്ത് ഐ.എസ്സിൽ സായുധർ. ഇറാഖ് നരകതുല്യമായി.

ഇതിനൊക്കെ വിത്തുപാകിയത് അമേരിക്കയും ഇസ്രായേലും അൽഖയിദയും. ഫലസ്തീനികളെ സഹായിച്ചതിന് ഇസ്രായേലിന്റെ നോട്ടപ്പുള്ളി ആയിരുന്നു സദ്ദാം. ഇറാഖിലെ എണ്ണപ്പാടങ്ങൾ ബഹുരാഷ്ട്ര കുത്തകകൾക്ക് തുറന്നുകിട്ടേണ്ടത് അമേരിക്കയ്ക്ക് ആവശ്യമായിരുന്നു. സന്ദർഭം ഒത്തുവന്നപ്പോൾ ഇരുകൂട്ടരും സദ്ദാമിനുനേരെ ആക്രമണം നടത്തി. കൂട്ടനശീകരണ ആയുധങ്ങൾ ഇറാഖിൽ ഉണ്ടെന്നായിരുന്നു അമേരിക്കയുടെ വാദം. യുദ്ധത്തിന്റെ പേരിൽ ലക്ഷക്കണക്കിന് മനുഷ്യരെയും സദ്ദാമിനെയും അമേരിക്കയും കൂട്ടാളികളും കൊന്നൊടുക്കി. ദുരിതം ഇന്നും അവസാനിച്ചിട്ടില്ല. മാത്രമല്ല, നാൾക്കുനാൾ കൂട്ടക്കൊലപാതകങ്ങൾ. വാളെടുക്കുന്നവൻ വെളിച്ചപ്പാട് എന്നതാണ് അവിടത്തെ അവസ്ഥ.

സിറിയയിൽ ബശാർ അൽ അസദിനെ താഴെയിറക്കാൻ സുന്നീ പോരാളികൾക്കു അമേരിക്കയും സഖ്യകക്ഷികളും നൽകിയ ആയുധങ്ങളാണ് ഐസിലിന്റെ കൈയിലെത്തിയത്. ഇതിനിടയിൽ, ഇറാഖിലെ

സദ്ദാം അനുകൂലികളെ ഒതുക്കാൻ ശിയാഭരണകൂടത്തിനു അമേരിക്ക ആയുധങ്ങൾ നൽകിയിരുന്നു. അവ, ശിയാ തീവ്രവാദി വിഭാഗത്തിന്റെ കൈയിലെത്തി. ഇറാഖിലും സിറിയയിലും അമേരിക്കൻ 'ആയുധ'ങ്ങളാണ് ഏറ്റുമുട്ടിയത്.

ഈ ആയുധങ്ങളെ നിർവീര്യമാക്കാൻ ഇറാഖിൽ അമേരിക്ക ആകാശയുദ്ധം ആരംഭിച്ചു. അമേരിക്കൻ പ്രസിഡന്റ് ബറാക് ഒബാമ അരുൾ ചെയ്ത ഉടൻ വ്യോമാക്രമണം തുടങ്ങി. കരയിലും ആകാശത്തും കടലിലും അമേരിക്കൻ ആയുധങ്ങൾ പരസ്പരം ചിരിക്കുകയും കരയുകയും പൊട്ടിത്തെറിക്കുകയും ചെയ്യുന്ന വൈരുദ്ധ്യതയാണ് സംഭവിച്ചത്.

ഇറാഖിൽ മാത്രമല്ല, ലിബിയയിലും ഇതൊക്കെ തന്നെയാണ് സംഭവിച്ചത്. കേണൽ ഗദ്ദാഫിയെ വകവരുത്താൻ അമേരിക്ക തീവ്രവാദികൾക്ക് നൽകിയ ആയുധങ്ങൾകൊണ്ടാണ് ലിബിയൻ സംഘങ്ങളുടെ ഏറ്റുമുട്ടലുകൾ നടന്നത്. അവിടെയും അമേരിക്ക 'പരിമിത' വ്യോമാക്രമണം നടത്തി.

ഇറാഖിൽ മതന്യൂനപക്ഷങ്ങളെ സംരക്ഷിക്കാൻ അമേരിക്കയ്ക്ക് കഴിഞ്ഞില്ല. സദ്ദാമിനുശേഷം പത്തുവർഷം ഇറാഖ് ഭരിച്ചത് അമേരിക്കയായിരുന്നു. ദിവസവും കൂട്ടക്കുരുതികളായിരുന്നു. അവസാനം, വിജയിക്കില്ലെന്ന് കണ്ട് സൈന്യം മടങ്ങുകയായിരുന്നു.

ഐക്യരാഷ്ട്രസഭയുടെ ഇടപെടലുണ്ടായിരുന്നിരിക്കാം. എന്നാലും ടെലിവിഷൻ ചാനലുകൾ അമേരിക്കൻ ആക്രമണവീര്യത്തെ പ്രഘോഷിച്ചു.

■

ഐലൻ കുർദി
ഒരു തുള്ളി കണ്ണീർ

സിറിയയിൽ നാടും വീടും വിട്ട്, ഭാണ്ഡക്കെട്ടുകളും കൈക്കുഞ്ഞുങ്ങളുമേന്തി, വെന്തുരുകുന്ന മരുഭൂമിയിലൂടെ കിലോമീറ്ററുകളോളം യാത്ര. ദാഹജലംപോലും കിട്ടാതെ സൂര്യാതപത്തിൽ മരിച്ചുവീണവരെ മറികടന്ന്, മരുപ്പച്ച തേടി പലായനം ചെയ്തവർ ഒന്നും രണ്ടുമല്ല; പതിനായിരങ്ങൾ. സിറിയയുടെ അവസ്ഥ ഇതായിരുന്നു. തുർക്കിയിലെ നദീതീരത്ത് ഐലൻ കുർദിയെന്ന മൂന്നുവയസ്സുകാരൻ മരിച്ചടിഞ്ഞ, ലോകത്തിന്റെ ഹൃദയം തകർത്ത കാഴ്ചയ്ക്കും അഭയാർത്ഥികളുടെ ദുരിതത്തിന് അറുതി വരുത്താനായില്ല. സിറിയയും ഇറാഖും വിട്ട് ആബാലവൃദ്ധം ഓടിപ്പോവുകയായിരുന്നു. അതിൽ കുറച്ചുപേർക്ക് ചില രാജ്യങ്ങൾ വാതിൽ തുറന്നിട്ടുണ്ട്. എന്നാൽ, രക്ഷാമാർഗ്ഗം തേടിയുള്ള യാത്രയിൽ പാതിവഴിയിൽ ജീവൻ വെടിയേണ്ടിവന്നവർ അനേകം.

40,88,079 സിറിയക്കാരാണ് നാലു വർഷംകൊണ്ട് അഭയാർത്ഥികളായത്. തുർക്കി 21 ലക്ഷവും ലെബനോൻ 11 ഉം ജോർദാൻ 14ഉം സഊദി അറേബ്യ അഞ്ചും ലക്ഷവും ആളുകൾക്ക് അഭയം നൽകി. ഈ രാജ്യങ്ങൾക്ക് താങ്ങാൻ കഴിയാതെ വന്നപ്പോൾ ബ്രസീൽ, അർജന്റീന തുടങ്ങിയ രാജ്യങ്ങൾ മുന്നോട്ടുവന്നു. അവിടേക്കുള്ള യാത്ര എളുപ്പമല്ലാത്തതിനാൽ ഐക്യരാഷ്ട്രസഭ യൂറോപ്യൻ രാജ്യങ്ങളോട് സഹായം അഭ്യർത്ഥിച്ചു. അതിൽ ജർമനി വലിയ ഉദാരത കാണിച്ചു. യൂറോപ്യൻ രാജ്യങ്ങളിലേതിലെങ്കിലും എത്തിപ്പെടാൻ സിറിയക്കാർ ജീവൻ പണയം വെച്ചു. ഇതിനിടയിലാണ് ഐലൻ കുർദി.

വെടിയൊച്ച കേൾക്കാത്ത, ചോരച്ചാലുകൾ ഒഴുകാത്ത പ്രദേശം തേടിയുള്ള അലച്ചിലിൽ നിരവധി പേർക്ക് ജീവൻ നഷ്ടപ്പെട്ടുവെങ്കിലും അതൊന്നും വലിയ വാർത്തയായിരുന്നില്ല. അമേരിക്കയുടെ പുതിയ ആയുധങ്ങളുടെ മൂർച്ചയിലും ഇസ്‌ലാമിക് സ്റ്റേറ്റിന്റെ സംഭ്രമ

ജനകമായ തലയറുക്കലുകളിലും വാർത്തകളും വിശകലനങ്ങളും കേന്ദ്രീകരിക്കപ്പെട്ടു. ഇരകളാക്കപ്പെടുന്നവരെപ്പറ്റി ആരും അന്വേഷിച്ചില്ല.

മരുഭൂമിയിൽ ചൂടുകാലത്ത് വെന്തുരുകുന്ന വെയിലാണെങ്കിൽ ശൈത്യകാലത്ത് എല്ലു തുളയ്ക്കുന്ന തണുപ്പാണ്. അത്തരമൊരു ശീതത്തിൽ ശ്വാസം ലഭിക്കാതെ മരിച്ചവരെക്കുറിച്ചുള്ള വാർത്തയ്ക്ക് യാതൊരു പ്രാധാന്യവും കൽപിക്കപ്പെട്ടില്ല. 2015 ജനുവരിയിലാണത്. സിറിയയിലെ ഹോംസിൽനിന്ന് രക്ഷതേടി ലെബനനിലെ ബിക്കാ താഴ്‌വരയിൽ എത്തിപ്പെട്ട കുടുംബത്തിലെ പത്തു വയസ്സുകാരിയും ഏഴു വയസ്സുകാരനും മരിച്ചു. മാജിദ് ബദാവിയെന്ന ഏഴു വയസ്സുകാരന്റെ തണുത്തുറഞ്ഞ 'മയ്യിത്ത്' റെഡ്ക്രസന്റ് സന്നദ്ധ സേവകർ കൈയിലെടുത്ത് കൊണ്ടുപോകുന്ന ചിത്രം സാമൂഹിക മാധ്യമങ്ങളിൽ ഇപ്പോഴുമുണ്ട്.

2011ലാണ് അഭയാർഥി പ്രവാഹം തുടങ്ങിയത്, ഒരു ഭാഗത്ത് ഇസ്‌ലാമിക് സ്റ്റേറ്റ് ഭീകരവാദികൾ, മറുഭാഗത്ത് പ്രസിഡന്റ് ബശാർ അൽ അസദിനെ പിന്തുണയ്ക്കുന്ന സൈന്യം. വേറൊരു ഭാഗത്ത് കഴുകൻകണ്ണുകളുമായി അമേരിക്കൻ പോർവിമാനങ്ങൾ. ജനങ്ങൾക്ക് ഓടിപ്പോകാതെ രക്ഷയില്ലായിരുന്നു. തുർക്കി അതിർത്തികടന്ന് പലരും ഹത്തായ് പ്രവിശ്യയിലെത്തി. ഇതേ വർഷം മെയ്മാസത്തിൽ പത്തുദിവസംകൊണ്ട് 1350 അഭയാർത്ഥികളാണ് വടക്കൻ ലെബനോനിലെ വാദി ഖാലിദിൽ എത്തിയത്. 41,000 പേർ വസിച്ചിരുന്ന സിറിയയിലെ ജിസർ അൽ ശുഗൂർ എന്ന പട്ടണത്തിൽ ഒരാൾപോലും ബാക്കിയായില്ല.

ഒറ്റ വർഷത്തിൽ സിറിയയിൽ 65 ലക്ഷം പേർ ഭവനരഹിതരായി. ഇതിൽ, 40 ലക്ഷം പേർ സിറിയ വിട്ടു. മനുഷ്യചരിത്രത്തിലെ ഏറ്റവും വലിയ ദുരന്തമെന്ന്, ഐക്യരാഷ്ട്രസഭയിൽ അഭയാർത്ഥി വിഭാഗം ഹൈക്കമ്മീഷണറായ അന്റോണിയോ ഗുത്തറാസ് അഭിപ്രായപ്പെട്ടു. രണ്ടാം ലോക മഹായുദ്ധകാലത്തുപോലും ഇത്രയധികം അഭയാർത്ഥികൾ ഉണ്ടായിട്ടില്ല.

യൂറോപ്യൻ രാജ്യങ്ങളിൽ ജർമ്മനി കഴിഞ്ഞാൽ സ്വീഡനാണ് ഹൃദയവിശാലതയിൽ മുന്നിൽ. സ്വീഡൻ 62,000 പേർക്ക് അഭയം നൽകി. ഗൾഫ് രാജ്യങ്ങളിൽ ലക്ഷക്കണക്കിന് സിറിയക്കാരുണ്ട്. സിറിയയിൽ ആഭ്യന്തരസംഘർഷം രൂപപ്പെടുന്നതിന് മുമ്പ് എത്തിപ്പെട്ടവരാണ് കൂടുതൽ. യു.എ.ഇയിൽ 2.42 ലക്ഷം പേരാണുള്ളത്. 2011നു ശേഷം സിറിയക്കാർക്ക് താമസവിസ ഉദാരമാക്കി. നാട്ടിലേക്ക് തിരിച്ചുപോകാൻ കഴിയാത്തവരുടെ വിസാ കാലാവധി നീട്ടി

കൊടുത്തു. പതിനായിരങ്ങൾ വർഷങ്ങളായി നാടുകണ്ടിട്ടില്ല. അങ്ങോട്ടു പോകാൻ പലർക്കും ധൈര്യമില്ല. ഉറ്റവരെക്കുറിച്ചുള്ള ആധിയിലാണ് മിക്കവരും. ഐലൻ കുർദി നദീതീരത്ത് മരിച്ചുകിടക്കുന്ന കാഴ്ച അവരിൽ പലർക്കും താങ്ങാനായില്ല. പല വീടുകളിലും നിശ്ശബ്ദ തേങ്ങലായിരുന്നു.

സിറിയയിൽ ദുരിതമനുഭവിക്കുന്നവരെയും അഭയാർത്ഥികളെയും സഹായിക്കാൻ ലോകരാജ്യങ്ങൾ വൻതുക ചെലവു ചെയ്തു. ഗൾഫ് രാജ്യങ്ങളിൽ സഊദി അറേബ്യയും കുവൈത്തും യു.എ.ഇ.യുമാണ് മുന്നിൽ. 2012നു ശേഷം യു.എ.ഇ. 53 കോടി ഡോളറിന്റെ സഹായം എത്തിച്ചു. പത്തു ലക്ഷം അഭയാർത്ഥികളുള്ള ജോർദാനിലെ സാത്തരി ക്യാമ്പിലേക്കു നിരന്തരം സഹായം എത്തി.

പക്ഷേ, എക്കാലവും അവർ അഭയാർത്ഥികളായി കഴിയേണ്ടവരല്ല. സിറിയയിൽ ആഭ്യന്തരയുദ്ധം അവസാനിച്ചുകാണാനും നാട്ടിലേക്ക് മടങ്ങി പുതുജീവിതം തുടങ്ങാനും മിക്കവരും ആഗ്രഹിക്കുന്നു. എന്നാൽ രാഷ്ട്രീയത്തിന്റെയും വംശീയതയുടെയും അധികാരമേൽക്കോയ്മാ മനോഭാവത്തിന്റെയും പേരിൽ ഉത്തരവാദപ്പെട്ടവർ പല തട്ടിലായി. ഏറ്റവും ഒടുവിൽ, ബശാർ അൽ അസദിനെ സഹായിക്കാൻ റഷ്യ രംഗത്തുവന്നു. ബശാർ അൽ അസദിനെ താഴെയിറക്കാൻ ശ്രമിക്കുന്ന വിഭാഗത്തെ പിന്തുണച്ച് അമേരിക്കയും. സിറിയൻ ജനസംഖ്യയുടെ മൂന്നിൽ രണ്ട് ഭാഗം ഇസ്‌ലാമിക് സ്റ്റേറ്റിന്റെ നിയന്ത്രണത്തിലായിരുന്നു.

നിലച്ച കണ്ണുകൾ ലോകത്തോട് പറഞ്ഞത്.

“പ്രിയപ്പെട്ട ഐലൻ,

രൗദ്ര കാഴ്ചാപ്രവാഹങ്ങളുള്ള, കാപട്യത്തിന്റെ തീ തുപ്പുന്ന, ഇളംതളിരുകളിൽ പോലും ഗന്ധകം ചൊരിയുന്ന, സ്നിഗ്ധതയെ സമുദ്ര ആഴങ്ങളിലേക്ക് തള്ളുന്ന ലോകത്തുനിന്ന് നീ വിട പറഞ്ഞിരിക്കുന്നു. തുർക്കി കടൽതീരത്ത് മണലിൽ മുഖം പൊത്തി ചലനമറ്റ് നീ കിടക്കുന്നത് കണ്ടപ്പോൾ, ഈ ലോകം കാണാൻ കൊള്ളാവുന്നതല്ലെന്ന് ലോകത്തെ ഓർമ്മിപ്പിക്കുന്നതുപോലെ. കടലിന്റെ അനന്തതയിൽ ജലനിരപ്പിനടിയിലെ മലരികളും ചുഴികളും അറിയാതെ, മത്സ്യക്കുഞ്ഞുങ്ങളെ വിഴുങ്ങാൻ കൂറ്റൻ സ്രാവുകളും തിമിംഗലങ്ങളുമുണ്ടെന്ന് മനസ്സിലാക്കാതെ നീ യാത്ര തുടങ്ങി. എത്ര വേഗമാണ് പ്രതീക്ഷയുടെ പാത അവസാനിച്ചത്? ഉമ്മയോടും സഹോദരനോടുമൊപ്പം പിതാവിന്റെ കൈയിൽനിന്ന് ഊർന്നുപോയ നിമിഷങ്ങൾ ലോകം

കണ്ടില്ലെങ്കിലും ഏവർക്കും ഊഹിക്കാനാകും നിന്റെ പിടച്ചിൽ. അത് കാലമുള്ളിടത്തോളം സമൂഹത്തിന്റെയാകെ മുറിവാകും.

കുരുന്നു പറവയുടെ അന്ത്യമാം രോദനം, വിടരാൻ കൊതിച്ച പൂമൊട്ടിന്റെ ക്ഷണികമാം ഗന്ധം എന്നൊക്കെ ആലങ്കാരികമായി അതിനെ പറയാമെങ്കിലും എല്ലാം വാക്കുകളും അശക്തമാകുന്നുവല്ലോ?

നിന്റെ സഹോദരൻ ഗാലിബുമൊത്ത് നീ ചിരിച്ചുല്ലസിക്കുന്ന ചിത്രംപോലും എത്രമാത്രം വേദനയാണ് ഓരോരുത്തരിലും ഉളവാക്കുന്നത്. പ്രിയപ്പെട്ട പിതാവും ഉമ്മയും ഗാലിബുമൊത്ത്, നീ യാത്ര പുറപ്പെടുമ്പോൾ പാതയോരങ്ങളിലെല്ലാം മരണത്തിന്റെ ചിലമ്പൊലിയൊച്ചയായിരുന്നു. നീ പിറന്നു വീണയുടനെ, മൂന്നു വർഷം മുമ്പ് നിന്റെ രാജ്യമായ സിറിയയുടെ അതിർത്തി കടന്ന് കുടുംബം ഒന്നടങ്കം തുർക്കിയിലെത്തിയപ്പോൾ നിന്റെ ഉമ്മയുടെയും ഉപ്പയുടെയും മുഖത്ത് അൽപം ആശ്വാസം നീ കണ്ടിരിക്കണം. ഭീകരവാദികളും കുർദു സൈന്യവും തിമിർത്താടുന്ന കാഴ്ചയാണ് നിന്റെ ജനനത്തിനു മുമ്പേ തന്നെ അവർ കണ്ടുതുടങ്ങിയിരുന്നത്. കൊബാനിയെന്നും അയ്ൻ അൽ അറബെന്നും വിളിക്കപ്പെടുന്ന നിന്റെ പട്ടണത്തിൽ നിന്ന് പലായനം ചെയ്യാൻ ആഗ്രഹിക്കാത്ത ആരുമില്ല. ആ വർഷം സെപ്തംബറിൽ ഭീകരവാദികൾ പട്ടണത്തിന്റെ നിയന്ത്രണം ഏറ്റെടുത്തതിനുശേഷം വിശേഷിച്ചും.

അവിടെ നിന്ന് തുർക്കിയിലേക്ക് അധികം ദൂരമില്ല. പക്ഷേ, അഭയാർത്ഥികളെ തടയാൻ തുർക്കി അനേകം നടപടികൾ കൈക്കൊണ്ടു. കൊബാനെയിലെ 70 ശതമാനം കെട്ടിടങ്ങൾ തകർക്കപ്പെട്ടിട്ടും നൂറുകണക്കിനാളുകൾ കൊല്ലപ്പെട്ടിട്ടും ഭരണാധികാരികളുടെ മനസ്സലിഞ്ഞില്ല. ജൂൺ 25ന് മൂന്നു കാർബോംബ് സ്ഫോടനങ്ങളുണ്ടായി. ഭീകരർ 220 കുർദുകളെ കൂട്ടക്കൊല ചെയ്തു. ഭവനങ്ങളിലും തെരുവുകളിലും സ്ത്രീകളുടെയും കുഞ്ഞുങ്ങളുടെയും മൃതദേഹങ്ങൾ കുമിഞ്ഞു കിടന്നു. അവിടെ നിന്ന് ഒരു വിധത്തിൽ രക്ഷപ്പെട്ട് നിങ്ങൾ തുർക്കിയിലെത്തി. അവിടെയും ജീവിതം നരകതുല്യമായിരുന്നു. അഭയാർത്ഥികൾക്ക് മതിയായ സൗകര്യമൊരുക്കാൻ, വലിയ വായിൽ വർത്തമാനം പറയുന്ന തയ്യിബ് ഉർദ്ദുഗാന്റെ തുർക്കിയും തയ്യാറായിരുന്നില്ല. തുർക്കിക്കാരല്ലാത്തതിനാൽ, യൂറോപ്പിലേക്ക് പോകാൻ നിങ്ങൾക്ക് പാസ്പോർട്ട് കിട്ടിയില്ല. നിങ്ങൾക്ക്, മനുഷ്യക്കടത്തുകാരെ ആശ്രയിക്കേണ്ടിവന്നു. പഴക്കംകൊണ്ട് പൊളിയാറായ

ബോട്ടിലാണ് അവർ നിങ്ങളെ കയറ്റിയത്. അകിയർലാർ എന്ന കടൽ തീരത്തുനിന്ന് ഗ്രീക്ക് ഈജിയൻ ദ്വീപായ കോസിലേക്കായിരുന്നു യാത്ര, അവിടെ നിന്ന് നിങ്ങളുടെ പിതൃസഹോദരി 20 വർഷമായി താമസിക്കുന്ന വാങ്കുവറിൽ എത്തിപ്പെടാമെന്ന് വ്യാമോഹിച്ചു.

ബോട്ട് തകർന്നപ്പോൾ നിങ്ങളെ രക്ഷപ്പെടുത്താൻ പിതാവ് പരമാവധി ശ്രമിച്ചു. ഉമ്മയെയും നിന്നേയും ചേർത്തുപിടിച്ചു. പക്ഷേ ഒഴുക്കിന്റെ കാഠിന്യം നിങ്ങളെ വേർപ്പെടുത്തി. ഇത് വിവരിക്കുമ്പോൾ നിങ്ങളുടെ പിതാവ് അബ്ദുല്ല കണ്ണീർമഴയിലായി. വാക്കുകൾ മുറിഞ്ഞു. തന്റെ സ്വപ്നങ്ങളെല്ലാം തകർന്നുപോയെന്ന് വിലപിച്ചു.

അഞ്ചു വർഷത്തെ ആഭ്യന്തരയുദ്ധം 39 ലക്ഷം സിറിയക്കാരെ അഭയാർത്ഥികളാക്കി. അവർ തുർക്കി, ലബനോൻ, ജോർദാൻ, ഇറാഖ്, ഈജിപ്ത് തുടങ്ങിയ രാജ്യങ്ങളിൽ എത്തിപ്പെട്ടു. 13 ലക്ഷം കുഞ്ഞുങ്ങൾക്ക് വിദ്യാഭ്യാസം നിഷേധിക്കപ്പെട്ടു. മിക്ക കുഞ്ഞുങ്ങളും രോഗം കൊണ്ടു വലഞ്ഞു. സിറിയയിൽ വിദ്യാലയങ്ങളും ആശുപത്രികളും ഏറെയും തകർക്കപ്പെട്ടു. അവിടേക്ക് തിരിച്ചുപോക്ക് ആർക്കും എളുപ്പമല്ല. എന്നാൽ, അഭയം അർത്ഥിച്ച് എത്തിപ്പെടുന്ന രാജ്യങ്ങളിലും നിങ്ങളെപ്പോലുള്ളവർ അന്യരാണ്. ഐക്യരാഷ്ട്രസഭ നൽകുന്ന സഹായം ഒന്നിനും തികഞ്ഞില്ല. ഏത് വിധേനയും യൂറോപ്പിൽ എവിടെയെങ്കിലും എത്തി ജീവിതോപാധി കണ്ടെത്താൻ ഓരോരുത്തരും ശ്രമിച്ചു. പക്ഷേ, വിസ കിട്ടുകയില്ല. കാനഡയിലുള്ള പിതൃസഹോദരി നിങ്ങളുടെ വിസയ്ക്കു വേണ്ടി പല വാതിലുകളും മുട്ടി. കനേഡിയൻ ഭരണകൂടം കനിഞ്ഞില്ല.

ഭൂമിയെ ഇവ്വിധം വാസയോഗ്യമല്ലാതാക്കി മാറ്റുന്നതിൽ ഇസ്‌ലാമിക് സ്റ്റേറ്റിനെന്നപോലെ യൂറോപ്പിനും വലിയ പങ്കുണ്ട്. ലോകത്തിന്റെ മേൽകോയ്മക്കുവേണ്ടി ആയുധങ്ങൾ കുന്നുകൂട്ടി. ജനങ്ങളെ വംശത്തിന്റെയും നിറത്തിന്റെയും പേരിൽ തമ്മിലടിപ്പിച്ചു. ജനങ്ങൾ കൂട്ടത്തോടെ മരിച്ചുവീഴുന്നത് കണ്ടില്ലെന്ന് നടിച്ചു. ഇസ്‌ലാമിക് സ്റ്റേറ്റിനെക്കുറിച്ച് പറയാതിരിക്കുന്നതാണ് ഉചിതം.

മണലിൽ മുഖം പൊത്തി കിടക്കുന്ന നിന്റെ ചിത്രം മനുഷ്യരെയാകെ കരയിക്കുന്നുവെങ്കിലും എന്തെങ്കിലും മാറ്റം ഇനിയുള്ള കാലത്ത് പ്രതീക്ഷിക്കാമോ? മെഡിറ്ററേനിയൻ

കടലിൽ അഭയാർത്ഥികളുടെ മൃതദേഹങ്ങൾ ഒഴുകിപ്പരക്കുന്നതിന് എന്തെങ്കിലും മാറ്റമുണ്ടാകുമോ? ഒറ്റ വർഷം മാത്രം 2,600 പേരുടെ മൃതദേഹങ്ങളാണ് തീരത്തടിഞ്ഞത്. ആർക്കും ആരോടും ഉത്തരവാദിത്തമില്ലാത്ത ഈ കെട്ടകാലത്ത് നിന്റെ മരണം കുറച്ചുപേരുടെയെങ്കിലും കണ്ണുതുറപ്പിക്കാനുതകട്ടെ. നിന്റെയും ഉമ്മയുടെയും സഹോദരന്റെയും നിശ്ചലമായ കണ്ണുകൾ മനുഷ്യരുടെയാകെ ഹൃദയം പിടിച്ചുലയ്ക്കട്ടെ. കുറ്റബോധം കൊണ്ട് ഓരോരുത്തരും തലതാഴ്ത്തി നിൽക്കട്ടെ.

നിന്റെ നാമം അനശ്വരമാകട്ടെ.

■

രക്തം ചിന്തുന്ന വഴി

ജോർദാനിലെ സാതരി അഭയാർത്ഥി ക്യാമ്പിൽ ആലംബമറ്റ എത്ര സിറിയക്കാർ ഉണ്ടാകുമെന്ന് ആർക്കും ധാരണയില്ല. ഓരോ ദിവസം കത്തുന്ന ചൂടിൽ സിറിയൻ അതിർത്തികടന്ന് നൂറുകണക്കിനാളുകൾ എത്തി. നേരത്തെ ക്യാമ്പിൽ എത്തിപ്പെട്ടവർ, ജീവിതം മടുത്ത്, എങ്ങോട്ടൊക്കെയോ ഓടിപ്പോയി. എങ്കിലും ശരാശരി 80,000 പേരുണ്ടെന്ന് ക്യാമ്പ് സന്ദർശിച്ച സഊദി അറേബ്യൻ മാധ്യമ പ്രവർത്തകൻ ജമാൽ ഖഷോഗി ചൂണ്ടിക്കാട്ടി.

''രണ്ടു വർഷത്തിനിടയിൽ 4.3 ലക്ഷത്തോളം സിറിയക്കാർ എത്തിയിട്ടുണ്ടാകുമെന്നാണ് കണക്ക്. ചിലർ, ജോർദാനിലെ മറ്റു നഗരങ്ങളിലേക്ക് കടന്നിട്ടുണ്ട്. തൊഴിൽ തേടിയാണ് പലായനം. പക്ഷേ, ജോർദാനിൽ സ്വന്തം രാജ്യക്കാർക്കുതന്നെ ജീവിതോപാധി കണ്ടെത്താൻ കഴിയാറില്ല. പിന്നെയല്ലേ, മറുദേശക്കാർക്ക്! ജോർദാൻ, ലെബനോൻ, തുർക്കി എന്നീ രാജ്യങ്ങളിലാണ് സിറിയയിൽ നിന്നും ഇറാഖിൽനിന്നും അഭയാർത്ഥികൾ എത്തുന്നത്. ഐക്യരാഷ്ട്രസഭ നൽകുന്ന സാമ്പത്തിക സഹായം കുറച്ചുകാലം അവർക്കു തുണയാകും. മാസ്റ്റർ കാർഡ് വഴി പ്രതിമാസം 28 ഡോളർ ലഭിക്കും. അത്ര തന്നെ.'' ജമാൽ ഖഷോഗി പറഞ്ഞു.

കുട്ടികളും സ്ത്രീകളുമടക്കം കുടുംബമായി കഴിയുന്നവർക്ക് ഈ തുക മൂന്നു ദിവസത്തേക്ക് പോലും തികയില്ല. പ്രായമായവർ പെട്ടെന്ന് മരിച്ചുപോകും. ലോകത്തെ ആദ്യകാല പ്രധാന നാഗരികതകളിലൊന്ന് സിറിയയിലേതാണ്. അതിന്റെ അഭിമാനബോധം പ്രായമായവരിൽ ഉണ്ടാകും. മരണം സ്വന്തം നാട്ടിലാകണമെന്ന് ആഗ്രഹിക്കും. പക്ഷേ, അഭയാർത്ഥികളായി മരിക്കാനാണ് വിധി.

എന്നാലും കുറച്ചുപേർ, വരുന്നത് വരട്ടെയെന്ന് കരുതി, സിറിയയിലേക്ക് മടങ്ങിപ്പോയിരുന്നു. ഇസ്‌ലാമിക് സ്റ്റേറ്റിന്റെ (ദായിഷ്) നിയന്ത്രണത്തിലായിരുന്നു പട്ടണം. തുർക്കി സൈന്യം ദായിഷ് സായുധരെ അടിച്ചോടിച്ചു. ഇവിടെ നിന്ന് 23,000 പേരാണ് പലായനം

ചെയ്തിരുന്നത്. ഭൂരിഭാഗം പട്ടണങ്ങളും തുർക്കി സൈന്യത്തിന്റെ നിയന്ത്രണത്തിലായപ്പോൾ 200 ഓളം പേർ തിരിച്ചെത്തി. എന്നാലും ഇറാഖിലെയും സിറിയയിലെയും മൂന്നിലൊന്ന് പ്രദേശം ദായിഷിന്റെ നിയന്ത്രണത്തിലായിരുന്നു. നരകതുല്യമായ ജീവിതമാണ് അവിട ങ്ങളിലേതെന്ന് പാശ്ചാത്യ ഏജൻസികൾ റിപ്പോർട്ടു ചെയ്തിരുന്നു.

2009ലാണ് ദായിഷ് നേതാവ് അബൂബക്കർ ബഗ്ദാദി 'ഖലീഫ' സാമ്രാജ്യം പ്രഖ്യാപിച്ചത്. ഇറാഖും സിറിയയും ഉൾപ്പെടെ വിശാല മായ പ്രദേശമാണ് ഖിലാഫത് പ്രദേശമായി ഭൂപടത്തിൽ രേഖപ്പെടു ത്തിയത്. അബൂബക്കർ ബഗ്ദാദിയുടെ ആളുകൾ ഓരോ ഗ്രാമത്തിലും പട്ടണത്തിലും എത്തി ഭരണം തുടങ്ങി. ഇറാഖിലെ ഇസ്കി മൊസൂൾ, സിറിയയിലെ റഖ തുടങ്ങിയ പ്രദേശങ്ങളിൽ ദായിഷ് ഭരണം വേരു റപ്പിച്ചു.

''അവർ ക്രൂരന്മാരാണ്'' – ഇസ്കിമൊസൂളിലെ മുൻ പൊലീസു കാരനായ ബിലാൽ അബ്ദുല്ല പറഞ്ഞു. എപ്പോഴും തിരിച്ചറിയൽ കാർഡ് ചോദിക്കും. ഓരോരോ കാര്യങ്ങൾക്ക് അവരുടെ തിട്ടൂരമുണ്ട്. അനുസരിച്ചില്ലെങ്കിൽ കൊടിയ പീഡനമാണ്.

2014 ജനുവരിയിലാണ് റഖയെ ദായിഷ് കീഴടക്കിയത്. വിവിധ മതസ്ഥർ ഏകോദര സഹോദരെപ്പോലെ കഴിഞ്ഞിരുന്ന പട്ടണമാണ്. ഒറ്റ ദിവസംകൊണ്ട് എല്ലാം കീഴ്മേൽ മറിഞ്ഞു. ദായിഷ് ഭീകരവാദി കൾ പട്ടണം വളഞ്ഞു. ചെറുത്തു നിന്നവരെ കൂട്ടക്കൊല ചെയ്തു. ചെറുപ്പക്കാരെ പിടികൂടി ഒരു ഫുട്ബോൾ സ്റ്റേഡിയത്തിനകത്തു കയറ്റി അനുസരണ പഠിപ്പിച്ചു. പ്രധാന വാണിജ്യകേന്ദ്രത്തിലും പീഡനമുറകൾ അരങ്ങേറി. വാണിജ്യകേന്ദ്രം ഉൾപ്പെടുന്ന സ്ഥലം അറിയപ്പെട്ടത് 'നരക ചത്വരം' എന്നാണ്. ഇവിടെയാണ് കൊല്ലപ്പെടു ന്നവരെ പ്രദർശിപ്പിച്ചത്. കൽത്തൂണിൽ മൃതദേഹങ്ങൾ കെട്ടിത്തൂക്കും. പട്ടണവാസികളെ ഭയപ്പെടുത്താനാണിത്.

ഓരോ ജില്ലയ്ക്കും ദായിഷിന് ഓരോ അമീറുമാരുണ്ട്. അമീറാണ് ഭരണാധിപൻ. വിദ്യാലയങ്ങൾ ദായിഷ് പാഠ്യപദ്ധതികൾ നടപ്പാക്കു ന്നുണ്ടെന്ന് അമീർ ഉറപ്പുവരുത്തും. വാണിജ്യകേന്ദ്രങ്ങളിൽനിന്ന് നികുതി പിരിക്കും. എണ്ണപ്പാടങ്ങളുടെ നിയന്ത്രണവും അമീറുമാർ ക്കാണ്.

ഇസ്കി മൊസൂളിൽ ദായിഷ് ഭീകരർ ഇരച്ചുകയറിയത് 2014 ജൂണിൽ. ഇവിടെ 3,000ഓളം കുടുംബങ്ങളുടെ ദൈനംദിന ജീവിതം മാറിമറിഞ്ഞു. സ്ത്രീകളെ പിടിച്ചുകൊണ്ടുപോയി. പുരുഷന്മാർ ചോദ്യം ചെയ്താൽ കൊലപ്പെടുത്തും. അതുകൊണ്ട് ഭൂരിപക്ഷം

പേരും നിശ്ശബ്ദത പാലിക്കും. പകൽ സമയത്ത് പോലും തെരുവുകൾ വിജനമായിരിക്കും. റസ്റ്റോറന്റുകളിൽ സുഹൃത്തുക്കൾ സംഗമിച്ച് തമാശകൾ പങ്കിടുന്ന കാലം അസ്തമിച്ചു. എവിടെയും ആളുകൾ കൂട്ടംകൂടി നിൽക്കാൻ പാടില്ല.

ഗൾഫ് രാജ്യങ്ങളിലെന്നപോലെ, ഇറാഖിലും സിറിയയിലും വ്യാഴാഴ്ചയാണ് റമസാൻ ആരംഭിച്ചത്. റമസാൻ ഒന്നിനാണ് ഖിലാഫത് സാമ്രാജ്യം പ്രഖ്യാപിക്കപ്പെട്ടത്. ദായിഷിന്റെ പ്രധാന പ്രഖ്യാപനങ്ങളെല്ലാം റമസാൻ ഒന്നിനായിരുന്നു. രാജ്യാന്തര ജിഹാദിന്റെ പുതിയ യുഗം ആരംഭിക്കുന്നുവെന്നായിരുന്നു ദായിഷ് വക്താവ് അബു മുഹമ്മദ് അൽ അദാനിയുടെ പ്രഖ്യാപനം. തൊട്ടുപിന്നാലെ അബൂബക്കർ അൽ ബഗ്ദാദി പൊതുവേദിയിൽ പ്രത്യക്ഷപ്പെട്ടു. ജിഹാദ് തുടങ്ങാൻ ഏറ്റവും അനുയോജ്യമായത് റമസാനിലാണെന്ന് ബഗ്ദാദി ആഹ്വാനം ചെയ്തു. 2013 റമസാനിലാണ് ദായിഷ് മറനീക്കി രംഗത്തുവന്നതെന്ന് ഓർക്കുക. ഇറാഖിലെ അബൂ ഗാരിബ് ജയിൽ തകർത്തത് അന്നാണ്. അവിടെയുണ്ടായിരുന്ന തടവുപുള്ളികൾ ദായിഷിൽ ചേർന്നു.

സംഘർഷഭരിതമായ ലിബിയയിലും യമനിലും ദായിഷ് സാന്നിധ്യമറിയിച്ചു. എവിടെയൊക്കെയാണ് അലയൊലികളുണ്ടാവുകയെന്ന് ഊഹിക്കാനായില്ല. ഐക്യരാഷ്ട്രസഭ ഇരുട്ടിൽ തപ്പി. അമേരിക്കയ്ക്കാണെങ്കിൽ മേഖലയിലെ എണ്ണയിൽ മാത്രമായിരുന്നു താൽപര്യം.

■

മധ്യപൗരസ്ത്യദേശത്തെ പ്രേതനഗരങ്ങൾ

സിറിയൻ നഗരങ്ങളിൽ മിക്കതും നാമാവശേഷമായി. തലസ്ഥാന നഗരമായ ഡമാസ്കസിന്റെയും വിനോദസഞ്ചാര കേന്ദ്രമായിരുന്ന അലെപ്പോയുടെയും ചില ഭാഗങ്ങളിൽ മാത്രമാണ് സാധാരണ മട്ടിലുള്ള ജനജീവിതമുള്ളത്. ഏതാനും വർഷം മുമ്പുവരെ വിനോദസഞ്ചാരികൾ ഇടതടവില്ലാതെ എത്തിക്കൊണ്ടിരുന്ന അലെപ്പോയുടെ സ്ഥിതി ദയനീയമായി. ഇവിടെ 40 ശതമാനം കുട്ടികൾ അനാഥരായി. വിദ്യാലയങ്ങൾ അടച്ചിട്ടു. ഗുരുതരമായ പരുക്കുകളോടെ ആയിരങ്ങളാണ് ആശുപത്രികളിലുള്ളത്. എല്ലാ ദിവസവും 20 മുതൽ 30 വരെ ആക്രമണപ്രത്യാക്രമണങ്ങൾ ഇവിടെ നടന്നു. ആളുകൾക്ക്, എങ്ങോട്ടു പോകണം എന്നറിയില്ല. റോഡുകളെല്ലാം അടച്ചു. കമ്പോളങ്ങൾ വിജനമായി. നഗരത്തിലും പരിസരങ്ങളിലും 30 ലക്ഷം ആളുകൾ വസിച്ചിരുന്നു. ഇന്ന് മൂന്നുലക്ഷമാണ്.

ഐക്യരാഷ്ട്രസഭാ രക്ഷാപ്രവർത്തകർക്ക് വിശ്രമമില്ല. തകർന്ന കെട്ടിടങ്ങൾക്കിടയിൽ നിന്ന് മൃതദേഹങ്ങൾ കണ്ടെടുക്കാൻ രാവും പകലുമില്ലാതെ പണിയെടുക്കുകയാണ്. കെട്ടിടാവശിഷ്ടങ്ങൾക്കിടയിൽ നിന്ന്, ഒരു മാസം മാത്രം പ്രായമുള്ള ഒരു കുഞ്ഞിനെ ജീവനോടെ ലഭിച്ചപ്പോൾ കണ്ണീരോടെ വാരിപ്പുണർന്ന രക്ഷാപ്രവർത്തകന്റെ ചിത്രം ലോകം മുഴുവൻ കണ്ടു. കുഞ്ഞിന്റെ ശരീരം മുഴുവൻ പൊടിപടലങ്ങളും രക്തവുമായിരുന്നു.

അലെപ്പോയിൽ മനുഷ്യഉന്മൂലനമാണ് നടന്നതെന്ന് ഐക്യരാഷ്ട്രസഭ. മൂന്നുഭാഗങ്ങളിൽ നിന്നാണ് ഒരേ സമയം ആക്രമണം. ഒരു ഭാഗത്ത് ഭീകരവാദികൾ. മറ്റൊരു ഭാഗത്ത് സിറിയൻ, റഷ്യൻ സംയുക്ത സേന. വേറൊരു ഭാഗത്ത് അമേരിക്കയുടെയും സഖ്യശക്തികളുടെയും സൈന്യം. മൂന്ന് കൂട്ടരും മാറി മാറി ആക്രമിച്ചു. എല്ലാം സാധാരണക്കാർക്കുനേരെ വല്ലപ്പോഴും ഇവർ പരസ്പരം

ഏറ്റുമുട്ടും. അപ്പോഴും ദുരിതം ജനങ്ങൾക്കുതന്നെ. അലെപ്പോ പിടിച്ചടക്കിയാൽ യുദ്ധം ജയിച്ചു എന്ന മട്ടിലായിരുന്നു ഏവരുടെയും നീക്കം. ഒരാഴ്ചക്കിടയിൽ 216 പേരാണ് മരിച്ചത്. ഇതിൽ 40 കുട്ടികളുണ്ട്. അലപ്പോ നഗരം ചരിത്രപ്രസിദ്ധമാണ്. പൗരാണിക അരാമിക് ഭാഷ സംസാരിക്കുന്ന, ക്രിസ്തുമത വിശ്വാസികൾ തിങ്ങിപ്പാർക്കുന്ന ഗ്രാമങ്ങൾ ഇവിടെയുണ്ട്. പക്ഷേ, കാടടച്ച് വെടിവെക്കുമ്പോൾ ഇവരും ബലിയാടുകൾ.

യുദ്ധചരിത്രത്തിലെ ഏറ്റവും വലിയ ദുരന്തത്തിന് ലോകം സാക്ഷിയായി. വെടിനിർത്താൻ റഷ്യയും അമേരിക്കയും പരസ്പരം ചർച്ച നടത്തിയെങ്കിലും വിജയമില്ല. ഭീകരർ ആയുധം താഴെ വെക്കുകയാണെങ്കിൽ വെടിനിർത്താമെന്ന് റഷ്യൻ പ്രസിഡന്റ് പുടിൻ വ്യക്തമാക്കി. എന്നാൽ, സിറിയയുടെ നിയന്ത്രണം ലഭിക്കണം എന്ന് അമേരിക്ക വാശിപിടിച്ചതിനാൽ ഒന്നും പ്രാബല്യത്തിലായില്ല. അഞ്ചു വർഷത്തിനകം 47 ലക്ഷം ആളുകളാണ് സിറിയയിൽ അഭയാർത്ഥികളായത്. അഞ്ചുലക്ഷം ആളുകൾ കൊല്ലപ്പെട്ടു. അഭയാർത്ഥികളുടെ ഒഴുക്ക് വർദ്ധിച്ചത് യൂറോപ്പുകാർക്ക് അലോസരമായി. അതാണ് സിറിയൻ ആഭ്യന്തരകലാപം അവസാനിപ്പിക്കാൻ ജർമ്മനിയും മറ്റും മുന്നിട്ടിറങ്ങിയത്.

തുർക്കിയിലാണ് ഏറ്റവും അഭയാർഥികളുള്ളത്. 27.3 ലക്ഷം എന്ന് ഐക്യരാഷ്ട്രസഭ. ഈജിപ്തിൽ 11.7ലക്ഷം, ലെബനോനിൽ 6.56 ലക്ഷം.

സിറിയയിൽ അഭ്യന്തര കലാപത്തിന് ഭീകരർക്ക് എവിടെനിന്നാണ് ആയുധങ്ങൾ ലഭിച്ചതെന്ന ചോദ്യം അമേരിക്കൻ പ്രസിഡന്റ് തിരഞ്ഞെടുപ്പിൽ ഉയർന്നു. അമേരിക്കൻ ചാരസംഘടനയാണെത്രെ വൻതോതിൽ ആയുധങ്ങൾ എത്തിച്ചത്. സ്റ്റേറ്റ് സെക്രട്ടറിയായിരുന്ന, ഇപ്പോൾ പ്രസിഡന്റ് പദത്തിന് മത്സരിക്കുന്ന, ഹിലരി ക്ലിന്റനാണ് ഇതിന് അനുവാദം നൽകിയതെന്ന് വിക്കിലീക്സ് സ്ഥാപകൻ ജൂലിയാൻ അസാഞ്ചെ വെളിപ്പെടുത്തി.

മുസ്ലീം ബ്രദർഹുഡ്, ലിബിയൻ കലാപകാരികൾ എന്നിവർക്കും ആയുധങ്ങൾ നൽകിയത് അമേരിക്കൻ ചാരസംഘടനയാണ്. സിറിയയിൽ ബശാർ അൽ അസദിനെ പുറത്താക്കുകയായിരുന്നു ലക്ഷ്യമെങ്കിൽ ലിബിയയിൽ മുഅമ്മർ ഗദ്ദാഫിയെ ഉന്മൂലനം ചെയ്യുകയായിരുന്നു. ലിബിയയിൽ ഗൂഢപദ്ധതി ഫലം കണ്ടു. സിറിയയിൽ പക്ഷേ, കൈവിട്ടു. ഹിലാരി ക്ലിന്റന് എല്ലാം അറിയാമായിരുന്നുവെന്ന് വെളിപ്പെടുത്തുന്ന 1,700 ഇമെയിലുകളാണ് വിക്കിലീക്സിന്റെ കൈയിലുള്ളത്.

മധ്യപൗരസ്ത്യദേശത്ത് ഇത്തരം വൈദേശിക ഇടപെടലുകൾ ആദ്യമൊന്നുമല്ല. ഇസ്രായേലിന്റെ സുരക്ഷിതത്വത്തിനു വേണ്ടിയും എണ്ണസമ്പത്ത് കടത്തുന്നതിനു വേണ്ടിയും ഇറാഖിലെ മറ്റും ആക്രമണം നടത്തിയിട്ടുണ്ട്. ഇറാഖിൽ സദ്ദാം ഹുസൈൻ ഈ കാലഘട്ടത്തിലെ ആദ്യ ഇരയായി. 2006-2007 വർഷങ്ങളിൽ 10ലക്ഷം ബഗ്ദാദികളാണ് അഭയാർത്ഥികളായത്. ബഗ്ദാദ് നഗരം അമേരിക്കൻ ആക്രമണങ്ങളിൽ ഏറെക്കുറെ നാമാവശേഷമായിരുന്നു. പിന്നീട് ഭീകരരുടെ ഊഴമായി. അവർ ബോംബ് സ്ഫോടനം നടത്തി 200 പേരെ ഭീകരർ കൊലപ്പെടുത്തി. ബാഗ്ദാദിലെ ശിയാകേന്ദ്രങ്ങൾ ഭീതിയോടെയാണ് കഴിയുന്നത്. നിരവധിപേർ പലായനം ചെയ്തു. ഭീകരരുടെ താവളമായ മൊസൂളിൽ ലഭിക്കുന്ന അടിക്ക്, തിരിച്ചടി നൽകുന്നത് ബഗ്ദാദിൽ. മൊസൂൾ പ്രേതനഗരമാകാൻ അധികം നാൾ വേണ്ടിവന്നില്ല. ആളുകൾ പലായനത്തിലായി.

ലിബിയയിൽ രണ്ടാമത്തെ വലിയ നഗരമായ ബെൻഗാസിയും നശിച്ചു. 6.31 ലക്ഷം ആളുകളാണ് ഇവിടെ ഉണ്ടായിരുന്നത്. അടിക്കടി സ്ഫോടനങ്ങൾ നടന്നു. ഭീകരവാദികളും സുരക്ഷാസേനയും നിരന്തരം ഏറ്റുമുട്ടി. അനേകം കെട്ടിടങ്ങൾ തകർന്നു. 2011ൽ മുഅമ്മർ ഗദ്ദാഫി കൊല്ലപ്പെട്ടതിനുശേഷം ലിബിയയിലും സമാധാനമില്ല. ഒരിക്കൽ. ആഡംബരത്തിന്റെ മടിത്തട്ടിൽ കഴിഞ്ഞവരിൽ പലരും ഇന്ന് അഭയാർത്ഥികളാണ്. മൂന്നുമാസത്തിനിടയിൽ 13,000 പേരാണ് ലിബിയയിൽ അഭയാർത്ഥികളായത്. മിക്കവരും ട്രിപ്പോളി, ബെൻഗാസിപോലുള്ള നഗരങ്ങളിൽ നിന്ന്. മധ്യപൗരസ്ത്യ ദേശത്ത് ഇങ്ങനെ, എത്രയെത്ര പ്രേതനഗരങ്ങൾ.

■

റക്ത – മറ്റൊരു ദുരന്തം

സിറിയയിലെ ഗൂത്തയിൽ രാസായുധങ്ങൾ പ്രയോഗിച്ച ശേഷം മോസ്കോയിൽ സിറിയ-റഷ്യ ബിസിനസ് ഫോറം നടന്നു. മനുഷ്യരെ ഉന്മൂലനം ചെയ്ത, കെട്ടിടങ്ങൾ തകർന്നടിയപ്പെട്ട പ്രദേശങ്ങളിൽ വൻതോതിൽ നിക്ഷേപം നടത്തി, എങ്ങിനെ ലാഭം കൊയ്യാം എന്നതായിരുന്നു റഷ്യയുടെ ആലോചന. എണ്ണ, പ്രകൃതിവാതകം എന്നിവ ലഭ്യമാകുന്ന സ്ഥലങ്ങൾ അടയാളപ്പെടുത്തി സിറിയ നൽകി. പകരം കുറേക്കൂടി രാസായുധങ്ങൾ വേണമെന്ന് മാത്രമാണ് സിറിയയുടെ ഉപാധി. അതിനർഥം, ഇനിയും കൂട്ടമരണങ്ങൾ സംഭവിക്കുമെന്നാണ്. ഏഴ് വർഷത്തിനിടയിൽ നാല് ലക്ഷം പേർ ഇതിനകം മരിച്ചു. ജനസംഖ്യയുടെ പകുതിയിലധികം പലായനം ചെയ്തു. എന്നിട്ടും കലാപകാരികളുടെയോ സിറിയൻ പ്രസിഡന്റ് ബശർ അൽ അസദിന്റെയോ കലിയടങ്ങിയില്ല. ഭൂമിയിൽ ഒരു നരകമുണ്ടെങ്കിൽ അത് സിറിയയാണെന്നു വന്നു.

മണിക്കൂറുകൾ ഇടവിട്ട് സിറിയയുടെ പല ഭാഗങ്ങളിലും ബോംബ് വീണു. കൊച്ചു കുഞ്ഞുങ്ങളടക്കം നൂറുകണക്കിനാളുകൾ മരിച്ചു. ആയിരങ്ങൾ പലായനം ചെയ്തു. ചില നഗരങ്ങൾ തീർത്തും ഇല്ലാതായി. കെട്ടിടാവശിഷ്ടങ്ങൾക്കടിയിൽ കുടുങ്ങിക്കിടക്കുന്നവരെ രക്ഷിക്കാൻ ആരും എത്തിയില്ല. രക്ഷാപ്രവർത്തനം സാധ്യമാകാത്ത വിധം പലയിടത്തും മരണം താണ്ഡവമാടി.

പത്തു വർഷമായി സിറിയയിൽ ഇടതടവില്ലാതെ ബോംബ് വർഷമായിരുന്നു. തലസ്ഥാനമായ ഡമാസ്കസിന്റെ പടിഞ്ഞാറൻ ഭാഗങ്ങളിൽ സിറിയൻ സൈന്യം കലാപകാരികൾക്കെതിരെ രൂക്ഷ ആക്രമണം നടത്തി. മരിച്ചുവീണതാകട്ടെ, സാധാരണക്കാർ.

ഗൂത്ത മേഖലയിലെ 93 ശതമാനം വാസസ്ഥലങ്ങൾ നശിച്ചതായി ഐക്യരാഷ്ട്രസഭ ഉപഗ്രഹചിത്രങ്ങൾ കാണിച്ചു തരുന്നു. ഏതാണ്ട് നാലുലക്ഷം പേരാണ് ഈ കാർഷിക മേഖലയിൽ ഉണ്ടായിരുന്നത്. 2014 നവംബറിൽ പ്രദേശം കലാപകാരികളുടെ പിടിയിലായി.

സിറിയൻ സൈന്യം ബോംബാക്രമണം തുടങ്ങി. 3853 കെട്ടിടങ്ങൾ തകർന്നു. രണ്ടാഴ്ചയ്ക്കുള്ളിൽ 580 പേരാണ് മരിച്ചത്. മിക്കവരും കുഞ്ഞുങ്ങൾ. ആയിരക്കണക്കിനാളുകൾക്കു പരിക്ക് പറ്റി. ബാക്കിയുള്ളവർ പലായനം ചെയ്തു. ആശുപത്രികളിൽ അടിസ്ഥാന സൗകര്യങ്ങളില്ല.

കുഞ്ഞുങ്ങൾ ഡോക്ടർമാരുടെ കൺമുന്നിൽ മരിച്ചുകൊണ്ടിരിക്കുന്നു. സായുധരായ കലാപകാരികൾ മാത്രം വരുകയും പോവുകയും ചെയ്യുന്നു. സമൽക്ക, ഹമൂറിയ, സഖ്ബ എന്നിങ്ങനെ അടുത്ത കാലംവരെ ജനനിബിഡമായ പ്രദേശങ്ങൾ ശൂന്യമായി.

ആരാണ് സിറിയയുടെ ആ അവസ്ഥയ്ക്ക് ഉത്തരവാദി? എല്ലാവരും ആണെന്ന് ഉത്തരം. അൽഖയ്ദ കലാപം തുടങ്ങിവെച്ചു. ബശാർ അൽ അസദ് ഭരണകൂടത്തെ താഴെ ഇറക്കുകയായിരുന്നു ലക്ഷ്യം. അമേരിക്കയും ഇസ്രായേലും അൽഖയ്ദയെ പിന്തുണച്ചു. സിറിയ അസ്ഥിരമാകണമെന്ന് ഇസ്രായേൽ പണ്ടേ ആഗ്രഹിക്കുന്നതാണ്. സിറിയയുടെ ഭാഗമായിരുന്ന ഗോലാൻ കുന്നുകൾ ഇസ്രായേൽ കൈവശം വെക്കാൻ തുടങ്ങിയിട്ട് കാലം ഏറെയായി. അൽഖയ്ദയിൽനിന്ന് കലാപം ഏറ്റെടുത്തപ്പോൾ വിദേശത്തുനിന്ന് ദായിഷിന് ധാരാളം ആയുധങ്ങൾ ലഭിച്ചു.

ഇതിനെ നേരിടാൻ സിറിയൻ സൈന്യം റഷ്യയുടെ പിന്തുണ തേടി. മേഖലയിലെ അമേരിക്കൻ താൽപര്യങ്ങളെ അതിജയിക്കാൻ റഷ്യക്ക് കൂട്ട് വേണമായിരുന്നു. റഷ്യ കണ്ടമാനം രാസായുധങ്ങൾ സിറിയയ്ക്ക് നൽകി. അത് സിറിയ നിർബാധം ഉപയോഗിച്ചു. വടക്കൻ കൊറിയ നൽകുന്നുവെന്ന അമേരിക്കൻ പക്ഷ മാധ്യമങ്ങളുടെ റിപ്പോർട്ടുകൾ ശരിയായിക്കൊള്ളണമെന്നില്ല.

ഒരു കോടിയിലധികം പേർ ഏഴു വർഷത്തിനിടയിൽ പലായനം ചെയ്തു. ഒരു കോടിയിലേറെ ആളുകൾക്ക് സഹായം അനിവാര്യം. 460 കോടി ഡോളർ വേണം ഇവരെ പുനരധിവസിപ്പിക്കാൻ. 2011 മാർച്ചിൽ കലാപം തുടങ്ങിയ ശേഷം പല രാജ്യങ്ങളും സഹായം വാഗ്ദാനം ചെയ്തെങ്കിലും നൽകിയില്ല. മിക്ക രാജ്യങ്ങൾക്കും രാഷ്ട്രീയനേട്ടങ്ങളിലായിരുന്നു താൽപര്യം. തുർക്കിക്ക് സിറിയൻ അതിർത്തിയിലെ കുർദ് കലാപകാരികളെ അടിച്ചമർത്തണം. അമേരിക്കയ്ക്ക് ഇസ്രായേൽ താൽപര്യം സംരക്ഷിക്കണം. റഷ്യയ്ക്ക് സിറിയയിൽ ബശാർ അൽ അസദ് തുടരണം.

ഇതിനിടയിൽ, ഓരോ നഗരങ്ങളും ഇല്ലാതായി. മികച്ച ഉദാഹരണം റക്ക. സിറിയയുടെ വടക്കൻ നഗരമാണിത്. യൂഫ്രട്ടീസ് നദിയുടെ തീരത്തെ അതിമനോഹര നഗരം. ഏറ്റുമുട്ടൽ തുടങ്ങുന്നതിനു

മുമ്പ് 2.2 ലക്ഷം നിവാസികൾ നഗരത്തിൽ ഉണ്ടായിരുന്നു. 2013ൽ റക്ക ഐ.എസ്സിന്റെ നിയന്ത്രണത്തിലായി. രണ്ടു ലക്ഷം ആളുകൾ പലായനം ചെയ്തു. അതിലൊരു കുടുംബമായിരുന്നു, ലോകത്തെ കരയിപ്പിച്ച ഐലൻ കുർദി എന്ന കൊച്ചുകുഞ്ഞിന്റേത്. യൂറോപ്പിലേക്ക് രക്ഷപ്പെടാനുള്ള ജീവൻമരണ ഓട്ടത്തിൽ, ആ കുടുംബം ഒന്നടങ്കം നദിയിൽ വീണു. പിതാവ് രക്ഷപ്പെട്ടു. ഐലൻ കുർദിയുടെ ഇളംശരീരം തുർക്കി തീരത്തടിഞ്ഞു. കടൽ തീരത്ത്, ജീവനറ്റ ആ കുഞ്ഞിന്റെ കിടപ്പ് ആരും മറക്കില്ല.

റക്കയിൽ തലങ്ങും വിലങ്ങും ബോംബ് വർഷമായിരുന്നു. ഭീകരവാദികൾ ഒരു ഭാഗത്ത്. സിറിയൻ സൈന്യം മറുഭാഗത്ത്. രണ്ടു കൂട്ടർക്കുമിടയിൽ ഭയചകിതരായി ഒരു സമൂഹം.

ഇന്ന് ആരും റക്കയിൽ അവശേഷിക്കുന്നില്ല. ലോകത്തെ വലിയ അഭയാർത്ഥിസമൂഹമായി അവർ മാറി. മരുഭൂമിയും കടലും കടന്ന് ഏതെങ്കിലും സുരക്ഷിതസ്ഥലം തേടി അവർ അലയുന്നു. 2012 ജൂലൈയിലാണ് ജോർദാനിലെ സാത്തരിയിൽ അഭയാർത്ഥി കൂടാരങ്ങൾ ഉയർന്നുതുടങ്ങിയത്. ഇന്നും അവിടെ 80000 പേരുണ്ട്. ഐക്യരാഷ്ട്രസഭ അടിസ്ഥാന സൗകര്യങ്ങൾ ഏർപ്പെടുത്തിയെങ്കിലും ആളുകൾ പുതുതായി എത്തിക്കൊണ്ടിരിക്കുന്നു. വെള്ളത്തിനു പോലും ക്ഷാമം നേരിടുന്നു. അമേരിക്കയിൽ ഒരാൾ ഉപയോഗിക്കുന്നതിന്റെ പത്തിലൊന്നു വെള്ളംപോലും അഭയാർത്ഥികൾക്ക് ലഭിക്കുന്നില്ല.

ലോകത്തിന്റെ വിവിധ ഭാഗങ്ങളിൽ ഉള്ള സിറിയൻ അഭയാർത്ഥികളിൽ 26 ലക്ഷം പതിനെട്ടു വയസ്സിനു താഴെയുള്ളവർ. അവരിൽ പലർക്കും വിദ്യാഭ്യാസം ലഭിക്കുന്നില്ല. പെൺകുട്ടികളെ സുരക്ഷിതമാക്കാൻ രക്ഷിതാക്കൾക്ക് കഴിയുന്നില്ല.

സിറിയൻ പ്രശ്നത്തിന് എന്താണ് പരിഹാരം? ബശാർ അൽ അസദ് സ്ഥാനമൊഴിഞ്ഞാൽ പ്രശ്നം തീരില്ല. കാരണം, അധികാരം ലക്ഷ്യമാക്കി നിരവധി ഗ്രൂപ്പുകളുണ്ട്. അവർ തമ്മിൽ തല്ലും. ഇറാഖ്, ലിബിയ എന്നീ രാജ്യങ്ങൾക്കു സംഭവിച്ചത് എന്താണെന്ന് ഏവർക്കും അറിയാം. ഗോത്രങ്ങളിലെ യുദ്ധപ്രഭുക്കൾ വീണ്ടും രംഗത്തു വരും.

അമേരിക്ക, റഷ്യ സ്വന്തം താൽപര്യങ്ങൾ തൽകാലത്തേക്കെങ്കിലും മറക്കുക. ചൈന, ഇന്ത്യ പോലുള്ള രാജ്യങ്ങൾ ലോകസമാധാനത്തിനായി രംഗത്തു വരിക...

■

അടിസ്ഥാനകാരണം

ലോകമെങ്ങും അശാന്തി വിതയ്ക്കുന്ന ഭീകരതയുടെ അടിസ്ഥാന കാരണമെന്ത്? 1930ൽ ഫലസ്തീൻ പ്രദേശങ്ങളിൽ ഇസ്രായേലികൾ കുടിയേറിപ്പാർക്കാൻ തുടങ്ങിയതോ, 1978ൽ അഫ്ഗാനിസ്ഥാനിൽ സോവിയറ്റ് യൂണിയൻ അധിനിവേശം നടത്തിയതോ? അല്ലെങ്കിൽ, ലോകമേധാവിത്വത്തിനു വേണ്ടി അമേരിക്കൻ ചാരസംഘടനയുടെ ഗൂഢതന്ത്രങ്ങളോ? എന്തുതന്നെയായാലും 'സംസ്കാരങ്ങൾ തമ്മിലുള്ള ഏറ്റുമുട്ടലിൽ' നിന്നാണ് ഭീകരത സൃഷ്ടിക്കപ്പെട്ടതെന്ന് ന്യായമായും ഊഹിക്കാം.

തൊള്ളായിരത്തി മുപ്പതുകളിൽ പാശ്ചാത്യരുടെ പിന്തുണയോടെ ഇസ്രായേലികൾ ഫലസ്തീൻ പ്രദേശങ്ങൾ കൈയടക്കുന്നതിനെതിരെ, സിറിയയിലെ ശൈഖ് ഇസുദ്ദീൻ അൽഖാസിമിന്റെ നേതൃത്വത്തിൽ അക്രമണം നടത്തിയിരുന്നു. ബ്ലാക് ഹാൻഡ് മിലിറ്റന്റ് എന്നാണ് ശൈഖ് ഇസുദ്ദീന്റെ പ്രതിരോധസേനയെ ബ്രിട്ടീഷുകാർ വിലയിരുത്തിയത്. 1935 അവസാനം ശൈഖ് ഇസുദ്ദീനെ ബ്രിട്ടീഷുകാർ കൊലപ്പെടുത്തി. 1947ൽ ഫലസ്തീനെ രണ്ടായി മുറിച്ച് ഒരുഭാഗം ഇസ്രായേൽ രാജ്യം സ്ഥാപിക്കാൻ അമേരിക്കയും ബ്രിട്ടനും തീരുമാനിച്ചതോടെ അറബ് സമൂഹം നിരാശിതരും അപമാനിതരുമായി. അബ്ദുൽ ഖാദിർ അൽ ഹുസൈനി, ഹസൻ സലാമ എന്നിവരുടെ നേതൃത്വത്തിൽ പ്രക്ഷോഭം തുടങ്ങി. ഇത് അറബ് വിമോചന സൈന്യത്തിന്റെ രൂപവത്കരണത്തിന് കാരണമായി. ഇതിനെയും ഭീകരാക്രമണ നീക്കമായാണ് പാശ്ചാത്യർ കണ്ടത്. ഫലസ്തീൻ മേഖലകളിലെ ആയിരക്കണക്കിനാളുകൾ പിറന്ന മണ്ണിൽനിന്ന് ആട്ടിയോടിക്കപ്പെടുന്നത് കാണാൻ പക്ഷേ ലോകം കൂട്ടാക്കിയില്ല. ഇത് അറബ് സമൂഹത്തിൽ വലിയ അന്തഃക്ഷോഭത്തിനും അക്രമണോത്സുകതയ്ക്കും ഇടയാക്കി.

അറബ് പ്രദേശങ്ങൾ ഇസ്രായേൽ ഒന്നൊന്നായി കൈയടക്കുന്നതിനെതിരെ ലോകശക്തികൾ ചെറുവിരൽ അനക്കുകപോലും

ചെയ്തില്ല. മധ്യപൗരസ്ത്യ ഭരണകൂടങ്ങളിൽ കുറ്റബോധം പെരുകി. ചില ആളുകൾ തീവ്രവാദത്തിലേക്ക് തിരിഞ്ഞു. അതിൽ പിന്നീട്, ഓരോരോ കാലത്ത് ഭീകരാശയങ്ങൾക്ക് നിറഭേദങ്ങൾ വന്നെങ്കിലും അടിസ്ഥാന കാരണം നീതിരാഹിത്യം തന്നെയെന്ന് വ്യക്തം. ആടിനെ പട്ടിയും പിന്നീട് പേപ്പട്ടിയും ആക്കിയാൽ തല്ലിക്കൊല്ലാൻ എളുപ്പ മാണെന്ന് സാമ്രാജ്യത്വശക്തികൾ തിരിച്ചറിഞ്ഞു.

അമേരിക്കയും സോവിയേറ്റ് യൂണിയനും ലോകാധിപത്യത്തിനു വേണ്ടിയുള്ള ശീതയുദ്ധം മൂർച്ഛിച്ചതാണ് രണ്ടാം ഘട്ടം. സോവിയേറ്റ് യൂണിയൻ അഫ്ഗാനിസ്ഥാൻ കൈയടക്കിയപ്പോൾ അമേരിക്ക പുതിയ തന്ത്രം രൂപപ്പെടുത്തി. സോവിയറ്റ് യൂണിയനെതിരെ ഒളി യുദ്ധം നടത്താൻ ഉസാമ ബിൻലാദനെ ചുമതലപ്പെടുത്തി. ബിൻ ലാദൻ അൽഖയ്ദ എന്ന ഭീകര സംഘടനയ്ക്ക് രൂപം നൽകി. സോവിയേറ്റ് യൂണിയൻ അഫ്ഗാനിസ്ഥാനിൽ നിന്നും പിന്മാറിയിട്ടും അൽഖയ്ദ അടങ്ങിയിരുന്നില്ല. ലോകത്തിന്റെ പല ഭാഗങ്ങളിലേക്കും പ്രവർത്തനം വ്യാപിപ്പിച്ചു.

സോവിയറ്റ് യൂണിയന്റെ പതനത്തിനുശേഷം അമേരിക്കൻ സാമ്രാ ജ്യത്വം പല ഗൂഢപദ്ധതികൾ തയ്യാറാക്കി. മറുഭാഗത്ത് അൽഖയ്ദ യുടെ അധികാരഭ്രാന്ത് വളർന്നു. 2001ൽ ന്യൂയോർക്കിൽ ലോക വാണിജ്യ കേന്ദ്രം അക്രമിക്കുന്നതിൽ അത് എത്തിനിന്നു. ഇതി നിടയിൽ അഫ്ഗാനിസ്ഥാനിലും പാക്കിസ്ഥാനിലും ഇറാഖിലും ഭീകരവാദം പല രൂപത്തിൽ ആവിഷ്കരിക്കപ്പെട്ടു. ഇറാഖിൽ സദ്ദാം ഹുസൈൻ ഒരേസമയം അൽഖയ്ദയുടെയും അമേരിക്കയുടെയും കണ്ണിലെ കരടായി. എന്നാൽ അൽഖയ്ദയെ സദ്ദാംഹുസൈൻ സഹായിക്കുന്നു എന്നായി ആരോപണം. ഇസ്രായേലിന്റെ സംരക്ഷണ ത്തിന് സദ്ദാം ഹുസൈനെ വധിക്കേണ്ടത് അനിവാര്യമാണെന്ന തോന്നലിൽ 2003ൽ അമേരിക്ക ഇറാഖിനെതിരെ യുദ്ധം പ്രഖ്യാപിച്ചു. അതിനുശേഷം മധ്യപൗരസ്ത്യദേശം സമാധാനം എന്തെന്ന് അറി ഞ്ഞിട്ടില്ല. ഇറാഖിൽ 2003നും 2007നും ഇടയിൽ 10 ലക്ഷം പേരാണ് മരിച്ചത് (5000ഓളം അമേരിക്കൻ സൈനികരും കൊല്ലപ്പെട്ടിട്ടുണ്ട്). ലക്ഷക്കണക്കിനാളുകൾ അഭയാർത്ഥികളായി. സിറിയയിൽ 2011 മുതൽ അഭ്യന്തര യുദ്ധമായി. ഇവിടെ പൊടുന്നനെ നാല് ലക്ഷം ആളുകൾ കൊല്ലപ്പെട്ടു. പത്തിരട്ടിപേർ അഭയാർത്ഥികളായി.

യുദ്ധം എപ്പോഴും അങ്ങനെയാണ്. ഒരു പ്രദേശത്തെയാകെ തുടച്ചു നീക്കിക്കളയും. സിറിയയിൽ പലസ്ഥലങ്ങളും പ്രേതനഗര ങ്ങളായി. ലക്ഷക്കണക്കിനാളുകൾ ആശുപത്രിയിലായി. 95 ശതമാനം ആളുകൾ ദാരിദ്ര്യത്തിലുമായി.

ഭീകരർക്കെതിരെ എന്ന പേരിൽ അമേരിക്കയും റഷ്യയും അവിടെ നിരന്തരം ആക്രമണം നടത്തി. അലെപ്പോയിലാണ് കൂട്ടക്കുരുതി ഏറെ നടന്നത്. ഭീകരരെ തകർക്കുക എന്നതിനപ്പുറം അധീശത്വം പ്രകടിപ്പിക്കുക എന്നായി അമേരിക്കയുടെയും റഷ്യയുടെയും മനോഭാവം. സിറിയയിലെ ബശാർ അൽ അസദിനെ അധികാരത്തിൽനിന്ന് അകറ്റുക എന്ന അജണ്ടയ്ക്കാണ് അമേരിക്ക മുൻതൂക്കം നൽകിയത്. ബശാർ അൽ അസദിനെ സംരക്ഷിക്കുകയായി റഷ്യയുടെ ലക്ഷ്യം.

മധ്യപൗരസ്ത്യ ദേശത്ത് ഇസ്‌ലാമിക് സ്റ്റേറ്റ് ഓഫ് ഇറാഖ് ആന്റ് ദി ലിവാന്തി(ദായിഷ്)ന്റെ ശബ്ദവും ദൃശ്യങ്ങളും അതിന്റെ പ്രതിക്രിയകളും ഭീകരമായി മുഴങ്ങി. ജോർദാൻ പൈലറ്റ് മുആസ് അൽ കസസ്ബിയെ ഭീകരർ കൊലപ്പെടുത്തിയ രീതി, കേട്ടുകേൾവി പോലുമില്ലാത്ത വിധമായിരുന്നു. ഇരുമ്പുകൂട്ടിനകത്തിട്ട ശേഷം തീ കൊളുത്തി കൊലപ്പെടുത്തുകയായിരുന്നു. ഇറാഖിലും സിറിയയിലും അധികാരം ലഭിക്കാൻ എന്തും ചെയ്യാൻ മടിക്കില്ലെന്ന സന്ദേശമാണ് അവർ ലോകത്തിന് നൽകിയത്. അതിന് പകരമായി ജോർദാനിൽ തടവിലായിരുന്ന ഇറാഖ് വനിത സാജിദ് അൽ റിശാവിയെയും സിയാദ് ഖർബൗളിയെയും ജോർദാൻ വധിച്ചു. ഇസ്‌ലാമിക് സ്റ്റേറ്റി(ഐ എസ്)നെതിരെ അമേരിക്ക നടത്തിയ വ്യോമാക്രമണത്തിൽ ജോർദാൻ അടക്കം മധ്യപൗരസ്ത്യ രാജ്യങ്ങൾ പങ്കാളിത്തം വഹിച്ചു. ഇത് ഐ.എസ്. ഭീകരരെ വിറളിപിടിപ്പിച്ചിരുന്നു. അതിന്റെ ഭാഗമാണ് അമേരിക്കൻ, ജപ്പാൻ, ജോർദാൻ സ്വദേശികളെ ബന്ദിയാക്കിയശേഷം തലയറുത്തും തീ കൊളുത്തിയും കൊലപ്പെടുത്തിയത്. എത്രപേർ ബന്ദിയാക്കപ്പെട്ടിട്ടുണ്ടെന്ന് ആർക്കും അറിയില്ല.

ജോർദാൻ പൈലറ്റ് മുആസ് അൽ കസസ്ബിയെ പുറംലോകം അറിയുന്നതിന് ഒരു മാസം മുമ്പുതന്നെ വധിച്ചതായാണ് സൂചന. അതിന്റെ വീഡിയോ പുറത്തുവിട്ടത് പല ദിവസങ്ങൾ കഴിഞ്ഞായിരുന്നു. ഇതിനിടയിൽ മുആസിന്റെ മോചനം മുൻനിർത്തി വില പേശൽ നടത്താനും ഐ.എസ്. തയ്യാറായി. പത്തുകോടി ഡോളറാണ് ആദ്യം ആവശ്യപ്പെട്ടത്. പിന്നീട്, അമ്മാനിൽ വധശിക്ഷയ്ക്ക് വിധിക്കപ്പെട്ട അൽഖയ്ദ അംഗം സാജിദ മുബാറക് അൽ റിശാവിയെ വിട്ടികിട്ടണമെന്നായി. മുആസ് അൽ കസസ്ബി ജീവിച്ചിരിപ്പില്ലെന്ന് ജോർദാന് സംശയമുണ്ടായിരുന്നു. അതുകൊണ്ടാണ്, ഐ.എസ്സുമായി ജോർദാൻ പ്രതിനിധികൾ കൂടുതൽ ചർച്ച നടത്താത്തത്. മാത്രമല്ല, അമേരിക്ക, ജപ്പാൻ ബന്ദികളെ വധിച്ചതിനാൽ വിട്ടുവീഴ്ചവേണ്ടെന്ന നിലപാടിലുമായിരുന്നു അമേരിക്കയും സഖ്യകക്ഷികളും.

ഡിസം. 24നാണ് മുആസ് പിടിക്കപ്പെട്ടത്. വടക്കൻ സിറിയയിലെ റഖയിൽ ഭീകരരുടെ ശക്തികേന്ദ്രത്തിൽ അമേരിക്കയും ജോർദാനും വ്യോമാക്രമണം നടക്കുമ്പോൾ മുആസ് പറത്തിയ എഫ് 16 ജെറ്റ് തകർന്നു വീഴുകയായിരുന്നു. മുആസിനെ പിടികൂടി ആഹ്ലാദാരവങ്ങളോടെ നടന്നുനീങ്ങുന്ന ചിത്രം ഭീകരർ തൊട്ടുപിന്നാലെ പുറത്തുവിട്ടു. ഒരു മാസത്തിനിടയിൽ മുആസിനെ കണ്ടെത്താൻ അമേരിക്കയും ജോർദാനും ശ്രമം നടത്തിയെങ്കിലും വിജയിച്ചില്ല.

ഏറ്റവും ഒടുവിൽ, ഭീകരർ പുറത്തുവിട്ട വീഡിയോയിലാണ് മുആസിനെ തീ കൊളുത്തികൊലപ്പെടുത്തുന്നതായി കാണുന്നത്. ഇത് ജോർദാനിൽ രണ്ടു തരത്തിൽ രാഷ്ട്രീയ പ്രത്യാഘാതത്തിന് കാരണമായി. മുആസിനെ രക്ഷിക്കാൻ കഴിയാത്ത ഭരണാധികാരി അബ്ദുല്ല രാജാവ് രാജിവെക്കണമെന്ന് ഒരു കൂട്ടർ. ഭീകരർക്കെതിരെ കടുത്ത നടപടി വേണമെന്ന് വേറൊരുകൂട്ടർ. കഴിഞ്ഞ വർഷം ഇറാഖിലും സിറിയയിലും സംഘർഷം കനത്തപ്പോൾ ജോർദാനിലും അതിന്റെ അനുരണനം ഉണ്ടായിരുന്നു. ചിലർ, വിശേഷിച്ച് യുവതീയുവാക്കൾ ഐസിലിന് അനുകൂലമായി സാമൂഹിക മാധ്യമങ്ങളിൽ പ്രചാരണം നടത്തി. ഇതെത്തുടർന്ന് നൂറോളം പേരെ അറസ്റ്റ് ചെയ്തു. ചില ഇമാമുമാരും അക്കൂട്ടത്തിലുണ്ട്.

കഴിഞ്ഞ സെപ്തംബറിലാണ് ജോർദാൻ അമേരിക്കയോടൊപ്പം സിറിയയിലെയും ഇറാഖിലെയും ഐസിൽ കേന്ദ്രങ്ങളിൽ ആക്രമണം തുടങ്ങിയത്. 2000 ഓളം ജോർദാൻ സൈനികർ പങ്കെടുത്തു.

മുആസിനെ വധിച്ചതിനു പകരമായി സാജിദ മുബാറക് അൽ റിശാവിയെയും സിയാദ് അൽ ഖർബൗളിയെയും വധശിക്ഷയ്ക്ക് വിധേയമാക്കുമെന്ന് ജോർദാൻ വ്യക്തമാക്കിയിരുന്നു. ആക്രമണങ്ങളും പ്രത്യാക്രമണങ്ങളും തുടർന്നു. മധ്യപൗരസ്ത്യ ദേശത്തിന് ഉറക്കമുണ്ടായില്ല. എവിടെ എന്തൊക്കെ സംഭവിക്കുമെന്ന് ഊഹിക്കാൻ കഴിഞ്ഞില്ല. ഇറാഖിലും സിറിയയിലും ഐസിലിന് ശക്തിക്ഷയം സംഭവിക്കുന്നുവെന്നായിരുന്നു റിപ്പോർട്ടുകൾ. എന്നാൽ, അപ്രതീക്ഷിത ആക്രമണങ്ങളിലൂടെ അവർ വെല്ലുവിളി തുടർന്നു.

ഇറാഖിൽ സൈനികരും ശിയാ തീവ്രവാദ വിഭാഗമായ ബദ്ർ ബ്രിഗേഡും കുർദുകളും ഐസിലിനെതിരെ കരയിൽ പ്രത്യാക്രമണം നടത്തി. എന്നാൽ പൂർണമായി വിജയിച്ചില്ല. ധാരാളം യുവാക്കൾ ഐസിലിന്റെ പക്ഷം ചേർന്ന് ആക്രമണങ്ങൾ സംഘടിപ്പിച്ചു. ഐസിലിനെ തുരത്താൻ വ്യോമാക്രമണം നടത്തുന്ന രാജ്യങ്ങളിൽ സഊദി അറേബ്യയും ബഹ്റൈനും ഉൾപ്പെട്ടു.

ഇറാഖിൽനിന്ന് ഏറെ അകലെയാണ് ജോർദാൻ തലസ്ഥാന മായ അമ്മാൻ. ഇസ്രായേലിനും ഫലസ്തീനും തൊട്ടരികിൽ. മധ്യ പൗരസ്ത്യ ദേശത്തിന്റെ പൗരാണിക ചരിത്രത്തിൽ ഏറെ ഇടം പിടിച്ച നഗരവുമാണ്. 42 ലക്ഷമാണ് ജനസംഖ്യ. മധ്യ പൗരസ്ത്യ ദേശത്തെ ആധുനിക നഗരങ്ങളിലൊന്നായും പാശ്ചാത്യരാജ്യങ്ങ ളിൽ അമ്മാൻ അറിയപ്പെടുന്നു. വാണിജ്യപരമായി ദോഹ, ദുബൈ നഗരങ്ങളുടെ സ്വഭാവ സവിശേഷതകൾ അമ്മാനുമുണ്ട്. ഇതിനു പുറമെ, സിറിയ, ഇറാഖ് തുടങ്ങിയ രാജ്യങ്ങളിൽനിന്ന് അഭയാർത്ഥി കൾ ധാരാളമായി എത്തി. 1991ൽ ഗൾഫ് യുദ്ധകാലത്ത് കുവൈ ത്തിൽനിന്ന് കൂട്ടത്തോടെ ആളുകൾ എത്തിയിരുന്നു. അഭയാർത്ഥി കളെ സ്വീകരിക്കുക എന്നത് ജോർദാന്റെ നിയോഗം.

ഇതിനെയാണ് അൽ ഖയ്ദ 2005 നവംബർ ഒമ്പതിന് മുതലെ ടുത്തത്. അമ്മാനിലേക്ക് അവർ നുഴഞ്ഞുകയറി. വിവിധ ഹോട്ടലു കളിൽ ബോംബാക്രമണം നടത്തി. റാഡിസൺ ഹോട്ടലിൽ കല്യാണം നടക്കുകയായിരുന്നു. അവിടെ മാത്രം വധൂവരൻമാരടക്കം 30 ഓളം പേർ കൊല്ലപ്പെട്ടു. ഇറാഖിൽ നിന്നെത്തിയ ചാവേർ ദമ്പതികളായ അലി ഹുസൈൻ അലി അൽ ശംസി, സാജിദ മുബാറക് അരൂസ് അൽ റിശാവി എന്നിവരിൽ ഭർത്താവ് അലി ഹുസൈൻ പൊട്ടിത്തെ റിച്ചു. സാജിദയ്ക്ക് ബോംബ് ബട്ടൺ പ്രവർത്തിപ്പിക്കാൻ കഴിഞ്ഞില്ല. സാജിദ പിടികൂടപ്പെട്ടു.

ആക്രമണ സംഘത്തിൽ നാലുപേരുണ്ടായിരുന്നുവെന്നാണ് ജോർദാൻ പൊലീസിന്റെ നിഗമനം. ഇവർ ഇറാഖികളാണെന്ന് ഭരണാധികാരി അബ്ദുല്ല രാജാവ് നവം 13ന് സ്ഥിരീകരിച്ചു.

അൽഖയ്ദയിൽ അബൂ മുസബ് അൽ സർഖാവി നേതൃത്വം നൽകുന്ന സംഘത്തിൽപ്പെട്ടവരാണിവരെന്നും വ്യക്തമാക്കപ്പെട്ടു. അമേരിക്ക, ഇസ്രായേൽ പൗരന്മാർ അമ്മാനിലെ ഹോട്ടലുകളിലെ ത്തുന്നുവെന്നതാകാം പ്രകോപനം.

പൊലീസ് പിടിയിലായ സാജിദ അൽ റിശാവി (46) വാർത്ത കളിൽ നിറഞ്ഞു. അവരുടെ കുടുംബപശ്ചാത്തലവും അൽഖയ്ദ ബന്ധവും വിശകലനങ്ങൾക്ക് വിധേയമാക്കപ്പെട്ടു. ജോർദാനിലെ ജുവൈദ വനിതാ ജയിലിൽ ഏകാന്ത തടവിലാണവർ. അവരെ സന്ദർശിക്കാൻ ആരും എത്താറില്ല. അവരെ വിട്ടയയ്ക്കണമെന്ന് ദായിഷ് ആവശ്യമുന്നയിച്ചു. സിറിയയിൽ ബന്ദികളാക്കപ്പെട്ട രണ്ട് ജപ്പാനികളെയും ജോർദാൻ പൈലറ്റ് ഫസ്റ്റ് ലെഫ്. മുആദ് അൽ കസീസ്ബയെയും കൊലപ്പെടുത്തുമെന്ന് ഭീഷണിപ്പെടുത്തി. ആദ്യം,

ബന്ദികൾക്ക് പത്തു കോടി ഡോളർ വിലയിട്ടിരുന്നു. ലഭിക്കാതെ വന്നപ്പോൾ ഒരു ജപ്പാനിയെ തലയറുത്ത് കൊലപ്പെടുത്തി. ഇത് ടെലിവിഷൻ ചാനലുകളിൽ കണ്ട ജപ്പാനിലെ ഭരണനേതാക്കളും പൗരന്മാരും സ്തബ്ധരായി. ബന്ദികളിൽ മറ്റൊരാളെ വിട്ടുകിട്ടാൻ പണം നൽകാമെന്ന് ജപ്പാൻ സമ്മതിച്ചു. അപ്പോൾ ഐസിസ് വക്താക്കൾ സ്വരം മാറ്റി. സാജിദയെ ജയിൽ മോചിതമാക്കണമെന്നായി ആവശ്യം. ജോർദാൻ പൈലറ്റ് മുആദ് അൽ കസീസ്ബയുടെ കാര്യത്തിലും ഇതേ നിലപാട് ആവർത്തിക്കപ്പെട്ടു.

എന്നിട്ടും പത്തുകോടി ഡോളർ മോചനദ്രവ്യമല്ല, സാജിദയാണ് പ്രധാനമെന്ന് ഐസിസ് വക്താക്കൾ പറയാൻ കാരണമെന്താകും? സാജിദ, പ്രതികാരദാഹം ഉള്ളിൽ ഇപ്പോഴും കൊണ്ടുനടക്കുന്നുവെന്നും ചാവേറായി ഇവരെ വീണ്ടും ഉപയോഗപ്പെടുത്താമെന്നും ഐസിസ് കരുതുന്നുണ്ടാകാം. സാജിദയുടെ ആദ്യ ഭർത്താവ് അബു അനസ് ജോർദാൻകാരനും അൽഖയ്ദ അംഗവുമായിരുന്നു. 2003ൽ ഇറാഖിലെ ഫലൂജയിൽ വെച്ച് അമേരിക്കൻ സൈന്യം അബു അനസിനെ വധിച്ചു. 2004ൽ സഹോദരന്മാരായ താമിർ, യാസിർ, അമ്മാർ എന്നിവരും വധിക്കപ്പെട്ടു. താമിറിന്റെ കൊലപാതകം സാജിദയെ പ്രതികാരദാഹിയാക്കി. സാജിദയും അൽഖയ്ദയിൽ ചേർന്നു. സാജിദ രണ്ടാം വിവാഹിതയായതുതന്നെ ജോർദാനിൽ ഹോട്ടലുകളിൽ ആക്രമണം നടത്താനാണ്. ബോംബ് പ്രവർത്തിപ്പിക്കാൻ കഴിയാതിരുന്ന സാജിദ, അമ്മാനിൽ അകന്ന ബന്ധുവിന്റെ വീട്ടിൽ ഒളിച്ചു താമസിച്ചു. അവിടെ വെച്ചാണ് പിടിക്കപ്പെട്ടത്.

ഇതിനിടയിൽ ഉത്തരമില്ലാത്ത പല ചോദ്യങ്ങളുണ്ട്. അതിലൊന്ന് അൽഖയ്ദ തന്നെയാണോ ഐസിസ്? അങ്ങനെയല്ലെന്നായിരുന്നു നിഗമനം. സിറിയയിൽ അൽഖയ്ദയുടെ വിഭാഗമായ ജംഇയ്യത്തുൽ നുസ്റയും ഐസിസും ഏറ്റുമുട്ടിയത് എന്തിനാണ്? ഐസിസും അൽഖയ്ദയും പരസ്പരം മത്സരിക്കുന്ന സംഘങ്ങളാണെന്നായിരുന്നു പാശ്ചാത്യ ഓൺലൈൻ ആനുകാലികമായ ഇന്റൽവെയറിന്റെ എഡിറ്റർ ജെ.എം. ബെർഗർ അടക്കം പലരും വാദിച്ചിരുന്നത്. ഐസിസിന്റെ ആക്രമണസ്വഭാവം അൽഖയ്ദയിൽനിന്ന് വ്യത്യസ്തമാണെന്ന് അവർ ചൂണ്ടിക്കാട്ടിയിരുന്നു. ആളുകളെ ബന്ദികളാക്കുക, ചാവേറുകളെ സൃഷ്ടിക്കുക തുടങ്ങിയവയിലാണ് ഐസിസിന്റെ ഊന്നൽ. അമേരിക്കൻ മാധ്യമപ്രവർത്തകൻ ജെയിംസ് റൈറ്റ് ജിം ഫോളിയെ ബന്ദിയാക്കി ഐസിസ് വധിച്ചിരുന്നു. ഇറാഖിൽ അമേരിക്കൻ സൈന്യം ഐസിസ് കേന്ദ്രങ്ങളിൽ വ്യോമാക്രമണം നടത്തിയതിനെതിരെയാണിത്. ഫോളി ബന്ദിയാക്കപ്പെട്ടുവെന്ന്

അമേരിക്ക തിരിച്ചറിയുന്നത് വൈകിയാണ്. അമേരിക്കയ്ക്ക് ഒരു സന്ദേശം എന്ന പേരിൽ യൂ ട്യൂബിൽ പ്രത്യക്ഷപ്പെട്ടപ്പോഴായിരുന്നു അത്. സന്ദേശം ഉടൻതന്നെ പിൻവലിക്കപ്പെട്ടു. പിന്നീട് ഫോളിയെ മരുഭൂമിയിൽ കെട്ടിയിട്ട നിലയിലായിരുന്നു. 10 കോടി യൂറോ മോചന ദ്രവ്യം വേണമെന്നായി ഐസിസ്. അധികം താമസിയാതെ ഫോളി യുടെ തലയറുക്കപ്പെട്ടു. ഒരു സെപ്തംബർ രണ്ടിന് അമേരിക്കക്കാ രനായ സ്റ്റീവൻ സോട്ട്ലോഫ് എന്ന മാധ്യമപ്രവർത്തകനെയും ഐസിസ് വധിച്ചു. തുർക്കി വഴിയാണ് സോട്ട്ലോഫ് സിറിയയിൽ എത്തിയത്. അലെപ്പോയിൽവെച്ച് ഐസിസിന്റെ പിടിയിലായി.

ഇത്തരത്തിൽ എത്ര പേരെ ഐസിസ് ബന്ദികളാക്കിയിട്ടുണ്ടാകും? ഇന്ത്യയിൽനിന്ന് ദായിഷിൽ എത്തിപ്പെട്ടവർ എത്രയാകും? അവർക്ക് എന്തു സംഭവിച്ചു?

■

അഭയാർത്ഥി കൂടാരങ്ങളിലെ ഗദ്ഗദങ്ങൾ

ലോകത്തിലെ ഏറ്റവും വലിയ അഭയാർത്ഥി ക്യാമ്പ് ജോർദാനിലെ 'സാതരി'യാണ്. സിറിയൻ അതിർത്തിയിലാണിത്. സ്ത്രീകളും കുട്ടികളുമടക്കം ഒന്നര ലക്ഷത്തോളം ആളുകളാണ് താത്കാലിക കൂടാരങ്ങളിൽ അന്തിയുറങ്ങുന്നത്. തണുപ്പുകാലത്ത് ജീവിതം ദുരിതമയമാകും. തണുപ്പു പ്രതിരോധിക്കാൻ ആവശ്യത്തിന് വസ്ത്രങ്ങളില്ല, വൈദ്യുതിയില്ല. കടുത്ത തണുപ്പുള്ള ദിവസങ്ങളിൽ കുഞ്ഞുങ്ങൾ ശ്വാസം കിട്ടാതെ മരിക്കുന്ന അവസ്ഥ.

സിറിയയിലെ ഷജാറയിൽനിന്നാണ് റുഖയ മുഹമ്മദ് അൽ അഹ്മദ് എത്തിയത്. നിരന്തരം ഏറ്റുമുട്ടൽ നടക്കുന്ന ഗ്രാമത്തിൽനിന്ന് പ്രാണരക്ഷാർത്ഥം ഓടുകയായിരുന്നു. മക്കളായ സിന്ദ്ര (ഏഴ്) താരിഖ് (മൂന്ന്) എന്നിവരെ തോളിലേറ്റി വിജനമായ വഴികളിലൂടെ കിലോമീറ്ററുകളോളം നടന്നു. അതിർത്തിയിലെത്തിയപ്പോൾ അഭയാർത്ഥികളാക്കപ്പെട്ട മറ്റുചിലരെ കണ്ടുമുട്ടി. അവരിൽ നിന്നാണ് സാതരിയെക്കുറിച്ചറിയുന്നത്.

മരുപ്രദേശത്ത്, അടിസ്ഥാന സൗകര്യങ്ങളേതുമില്ലാത്ത സാതരിയിൽ എത്തുമ്പോൾ പുലർച്ചെ മൂന്നുമണി. കണ്ണെത്താദൂരത്തോളം കൂടാരങ്ങളായിരുന്നു. നേരം വെളുക്കുന്നതുവരെ ഒരു കൂടാരത്തിനു പുറത്ത് തണുപ്പേറ്റ് കിടന്നു. ക്ഷീണം കൊണ്ട് ഉറങ്ങിപ്പോയി. കണ്ണു തുറന്നത്, സന്നദ്ധസേവകരുടെ മുഖത്തേക്കാണ്. അവർ, പേരും മേൽവിലാസവും ചോദിച്ചു. അൽപം അകലെയുള്ള ഒഴിഞ്ഞ കൂടാരത്തിലേക്ക് വാഹനത്തിൽ കൊണ്ടുപോയി. തൊട്ടടുത്ത പാർപ്പിടത്തിൽ മൂന്നു കുട്ടികളാണ്. 17 വയസ്സുള്ള മുതിർന്ന ബാലൻ പറഞ്ഞു. ''രണ്ടുവർഷം മുമ്പാണ് ഹമായിൽനിന്ന് ഞങ്ങൾ ഇവിടെ എത്തിയത്. ഇതെന്റെ സഹോദരിയും സഹോദരനുമാണ്. ഒന്നു കൊണ്ടും പേടിക്കണ്ട. ഇവിടെ സുരക്ഷിതമാണ്.''

അവന്റെ പേര് അഹ്മദ് ഒജാൻ. സിറിയയിലെ ആഭ്യന്തരയുദ്ധം അനേകം പേരെ അനാഥമാക്കിയിട്ടുണ്ട്. അവരിൽ ഭൂരിപക്ഷം എത്തിപ്പെട്ടത് സാതരിയിലാണ്. മൂന്നു വർഷത്തെ ആഭ്യന്തരയുദ്ധത്തിനിടയിൽ 14 ലക്ഷം പേർ പലായനം ചെയ്തു. അഞ്ചുലക്ഷം പേർ എത്തിപ്പെട്ടത് ജോർദാനിൽ. ഇവരിൽ 55 ശതമാനം 18 വയസ്സിനു താഴെയുള്ളവർ. സാതരിയിലെ അഭയാർത്ഥികൃാമ്പിലെ ഒരു നേർചിത്രമാണ് മുകളിൽ പരാമർശിച്ചത്.

വിദ്യാഭ്യാസവും മികച്ച വസ്ത്രവും അത്യാധുനിക സൗകര്യങ്ങളും നിഷേധിക്കപ്പെട്ട്, ചിലപ്പോൾ ലൈംഗികാതിക്രമങ്ങൾക്ക് വിധേയമാക്കപ്പെട്ട് ആയിരക്കണക്കിന് കുട്ടികൾ. നാളെയെക്കുറിച്ച് അവർക്ക് യാതൊരു ഉറപ്പുമില്ല. ഐക്യരാഷ്ട്രസഭയുടെ കണക്കുപ്രകാരം തുർക്കിയിൽ 16 ലക്ഷവും ജോർദാനിൽ 6.18 ലക്ഷവും ലെബനോനിൽ 11.4 ലക്ഷവും അഭയാർത്ഥികൾ. സിറിയ, ഇറാഖ് എന്നിവിടങ്ങളിൽ നിന്നാണ് ഇവർ എത്തുന്നത്. ഉദ്യാനങ്ങളിലും വിദ്യാലയങ്ങളിലും മറ്റും രാപാർക്കുന്ന ഇവർ മനുഷ്യക്കടത്തിനും വിധേയരാകുന്നു.

സദ്ദാമിന്റെ കാലത്ത് ഇറാഖിലെ അമേരിക്കൻ ആക്രമണങ്ങളെത്തുടർന്ന് സിറിയയിലേക്ക് പലായനം ചെയ്തവർ അവിടെ നിന്നും ആട്ടിയോടിക്കപ്പെടുന്നു. 2013 ആഗസ്റ്റിൽ ആഭ്യന്തരയുദ്ധം കൊടുമ്പിരിക്കൊണ്ടപ്പോൾ ആയിരക്കണക്കിനാളുകളാണ് അതിർത്തി കടന്നത്. തുർക്കിയിലേക്കാണ് ഇപ്പോൾ കൂടുതലായി എത്തിയത്. 2014 സെപ്തംബർ 1.3 ലക്ഷം പേർ സിറിയയിൽ നിന്നെത്തിയെന്ന് തുർക്കി ഭരണകൂടം പറയുന്നു. 2.2 ലക്ഷം പേർ ഭരണകൂടം ഒരുക്കിയ ക്യാമ്പുകളിലാണ്. 400 കോടി ഡോളർ അഭയാർത്ഥികൾക്കുവേണ്ടി ചെലവു ചെയ്തു. പ്രാണരക്ഷാർത്ഥം ഓടുന്നവർക്കു മുന്നിൽ അതിർത്തി അടയ്ക്കാറില്ലെന്ന് പ്രസിഡന്റ് ത്വയിബ് എർദോഗാൻ.

എന്നാൽ, അഭയാർത്ഥികളെ പുനരധിവസിപ്പിക്കുന്ന കാര്യത്തിൽ ലോകരാജ്യങ്ങളും ഐക്യരാഷ്ട്രസഭയും ഇരുട്ടിൽതപ്പി. നാടും വീടും നഷ്ടമായവർക്കു സാതരിപോലുള്ള അഭയാർഥി ക്യാമ്പ് താൽക്കാലിക ആശ്വാസം മാത്രമാണ്. ഒന്നുകിൽ, സ്വന്തം രാജ്യത്തേക്ക് തിരിച്ചയയ്ക്കണം. അല്ലെങ്കിൽ ജോർദാനിലോ തുർക്കിയിലോ പ്രത്യേകം സ്ഥലം അനുവദിക്കണം. ജോർദാനിലെ സാതരി ഒരു മെട്രോപോളിറ്റൻ പട്ടണമായി ഇതിനകം മാറിയിട്ടുണ്ട്. കുറേ പേർ ഇവിടെ ജീവിതോപാധി കണ്ടെത്തിയിരിക്കുന്നു. ദൂരെയുള്ള കൃഷിയിടങ്ങളിലും ഫാക്ടറികളിലും ജോലി ചെയ്ത് കുടുംബം പോറ്റുകയാണ്.

അഞ്ചു വർഷത്തിനിടയിൽ 20 ശതമാനം അഭയാർത്ഥികളെ പുനരധിവസിപ്പിച്ചിട്ടുണ്ടെന്ന് ഐക്യരാഷ്ട്രസഭയിൽ അഭയാർത്ഥികൾക്കുവേണ്ടി പ്രവർത്തിക്കുന്ന സംഘടനയുടെ ഹൈക്കമ്മീഷണർ അന്റോണിയോ ഗുത്തറാസ് അവകാശപ്പെടുന്നു.

നമ്മുടെ കാലഘട്ടത്തിലെ ഏറ്റവും വലിയ മാനുഷിക പ്രതിസന്ധിയാണ് സിറിയൻ അഭയാർത്ഥികൾ. സിറിയയിലെ ആഭ്യന്തര യുദ്ധം എപ്പോൾ അവസാനിക്കുമെന്ന് പറയാൻ കഴിയില്ല. രണ്ടു വർഷം യുദ്ധം ചെയ്യാനുള്ള പടക്കോപ്പുകൾ ഐ‌എസിസിന്റെ കൈയിലുണ്ട്. സിറിയയിൽ ബശാർ അൽ അസദിന്റെ ഭരണം അട്ടിമറിക്കാൻ ഇറാഖിൽ വെച്ച് അമേരിക്കൻ ചാരസംഘടനകൾ ധാരാളം ആയുധങ്ങൾ ഇവർക്ക് മുമ്പ് നൽകിയിരുന്നു. അതാണ് ഇപ്പോൾ വംശീയ ഉന്മൂലനത്തിനുവേണ്ടി അവർ ഉപയോഗിക്കുന്നത്. കൂട്ടപലായനങ്ങൾ ഇനിയും ഉണ്ടാകുമെന്നർത്ഥം.

അഭയാർത്ഥികളാകുന്ന ആളുകൾക്ക്, വിശേഷിച്ച് കുഞ്ഞുങ്ങൾക്ക് പൗരത്വം നൽകുന്നതാണ് വലിയ വെല്ലുവിളി. അഭയാർത്ഥിക്യാമ്പിൽ ജനിക്കുന്ന കുഞ്ഞുങ്ങൾക്ക് പൗരത്വം നൽകാൻ എല്ലാ രാജ്യങ്ങളും മടിക്കുകയാണ്. മുമ്പ്, ഫലസ്തീനിൽ നിന്ന് പലായനം ചെയ്ത് മധ്യപൗരസ്ത്യ ദേശത്തിന്റെ വിവിധ നഗരങ്ങളിൽ എത്തിപ്പെട്ടവരുടെ കുഞ്ഞുങ്ങൾക്കും ഇതേ സ്വത്വ പ്രതിസന്ധി ഉണ്ടായിരുന്നു. ഇന്നും ചിലർക്ക് ജോർദാനിലെയോ ലെബനാനിലെയോ മറ്റോ പാസ്പോർട്ടാണുള്ളത്.

ഒരു വീടോ നാടോ ദേശമോ അവകാശപ്പെടാനില്ലാതെ ആയിരങ്ങൾ ഭൂമിയിൽ പിറന്നുവീഴുന്നുവെന്നത് സാമ്രാജ്യത്വത്തിന് ഉൽകണ്ഠയല്ല. അവരുടെ ദീർഘകാല അജണ്ടകളിൽ അഭയാർത്ഥികൾ ഒരു പരാമർശംപോലുമല്ല. ലോകത്തിന്റെ കണ്ണിൽപൊടിയിടാൻ അഭയാർത്ഥികൾക്കുവേണ്ടി കുറച്ചു നാണയത്തുട്ടുകൾ അവർ നീക്കിവെക്കുമെന്നു മാത്രം.

ഇന്ത്യയും പാക്കിസ്ഥാനും യുദ്ധമുണ്ടായാൽ ഏന്താകും അവസ്ഥയെന്ന് പറയാൻ കഴിയില്ല. ഭീകരരെ തുരത്തുകയും വേണം രാജ്യങ്ങൾ തമ്മിലെ സംഘർഷം അവസാനിക്കുകയും വേണം എന്നാണ് സമാധാന പ്രേമികളുടെ ആഗ്രഹം.

ഭീകരർ ഇന്ത്യയിൽ മാത്രമല്ല, ഭീഷണി വിതയ്ക്കുന്നത്. യൂറോപ്പിൽവരെ അക്രമണങ്ങൾ സംഘടിപ്പിച്ചു. പാക്കിസ്ഥാനിൽ മുൻ പ്രധാനമന്ത്രി ബേനസീർ ഭൂട്ടോ കൊല്ലപ്പെട്ടത് ഭീകരാക്രമണത്തിലാണ്. വാസ്തവത്തിൽ, ഇന്ത്യയും പാക്കിസ്ഥാനും ഭീകരതയ്ക്കെതിരെ പരസ്പരം കൈകോർക്കുകയാണ് വേണ്ടിയിരുന്നത്. എന്നാൽ,

ഇന്ത്യൻ അതിർത്തിയിൽ ഭീകരരെ ഇളക്കിവിടുന്നത് പാക്കിസ്ഥാനാണെന്നത് ഭരണകൂട പാരസ്പര്യത്തിന് വിഘാതമായി നിൽകുന്നു. പട്ടാളത്തെ നിയന്ത്രിക്കാൻ ശേഷിയുള്ള ഭരണകൂടമല്ല, പാക്കിസ്ഥാനിലേത്.

ഇതിനിടയിൽ, സഊദി അറേബ്യയും അമേരിക്കയും തമ്മിൽ മറ്റൊരു സംഘർഷം വളർന്നു.

2001ലെ ന്യൂയോർക്ക് ഭീകരാക്രമണത്തിൽ കൊല്ലപ്പെട്ടവരുടെയും പരുക്കേറ്റവരുടെയും ആശ്രിതർക്ക് സഊദി അറേബ്യ നഷ്ടപരിഹാരം നൽകണമെന്ന് അമേരിക്കൻ പാർലമെന്റ് ബിൽ പാസ്സാക്കിയതിനാലാണിത്.

ഏതാണ്ട് 3000 ആളുകൾ കൊല്ലപ്പെട്ടിട്ടുണ്ടെന്നാണ് കണക്ക്. അൽഖയ്ദയുടെ 19 അംഗ ഭീകരരാണ് ന്യൂയോർക്ക് ആക്രമണം നടത്തിയത് എന്നാണ് അമേരിക്കയുടെ കണ്ടെത്തൽ. ഇതിൽ, സഊദി എന്ത് പിഴച്ചു എന്ന ചോദ്യം പ്രസക്തം.

ഭീകരാക്രമണങ്ങൾ എപ്പോഴും ലാഭം നേടിക്കൊടുക്കുന്നത് അമേരിക്കയ്ക്കാണ്.

■

റിക്രൂട്ട്മെന്റ്

ബഹ്റൈനിലും സഊദി അറേബ്യയിലും സ്ഫോടനങ്ങൾ നടന്നിരുന്നു. ബഹ്റൈനിൽ ഒരു സ്ത്രീ മരിക്കുകയും മുന്നുപേർക്ക് പരിക്കേൽക്കുകയും ചെയ്തു. തൊട്ടടുത്ത ദിവസം ജിദ്ദ, ഖാത്തിഫ്, മദീന നഗരങ്ങളിലായിരുന്നു ആക്രമണം. നാലുപേരാണ് തൽക്ഷണം മരിച്ചത്.

പുണ്യനഗരമാണ് മദീന. പ്രവാചക ശ്രേഷ്ഠർ അന്ത്യവിശ്രമം കൊള്ളുന്ന സ്ഥലം. ഇവിടെയാണ് ഏറ്റവും ആൾനാശമുണ്ടായത്. ചാവേറുകളാണ് ആക്രമണം നടത്തിയത്.

ജിദ്ദയിൽ ചാവേറുകളിൽ അബ്ദുല്ല ഖൽസാർ ഖാൻ എന്ന വിദേശിയുമുണ്ടായിരുന്നു. 12 വർഷമായി സഊദി അറേബ്യയിൽ ഡ്രൈവറായി ജോലിചെയ്യുന്ന പാകിസ്ഥാനിയാണ്.

പരിശുദ്ധ റമസാനിൽ നടന്ന ആക്രമണങ്ങൾ ലോകത്തെയാകെ നടുക്കി. ഭീകരവാദികൾ മതസംഹിതകൾക്കും എതിരാണെന്ന് ഒരിക്കൽകൂടി വ്യക്തമായി.

ഭീകരവാദത്തിലേക്ക് എളുപ്പം റിക്രൂട്ട്മെന്റ് ചെയ്യപ്പെടുന്നവരിൽ പാക്കിസ്ഥാനികളാണ് ഏറെ. ദാരിദ്ര്യവും അൽപജ്ഞാനവും ക്ഷിപ്രകോപവുമാണ് അതിന് കാരണം. മുംബൈയിൽ 2008 നവംബറിൽ ഭീകരാക്രമണം നടത്തിയത് ഒരു സംഘം പാക്കിസ്ഥാനി യുവാക്കളായിരുന്നുവല്ലോ? അജ്മൽ കസബിനെ കൈയോടെ പിടികൂടാൻ പൊലീസിന് കഴിഞ്ഞു. ഭീകരവാദികളെ പറഞ്ഞുവിട്ടത് ആരാണെങ്കിലും ഉപകരണമായത് പാക്കിസ്ഥാനികളാണ്. ഭീകരവാദികളെ സ്വാർത്ഥതാൽപര്യങ്ങൾക്കായി ചാരസംഘടനകളും ഉപയോഗിക്കുന്നു. പിന്നിൽ പ്രവർത്തിക്കുന്നവർ ഒരിക്കലും വെളിച്ചത്തുവരുന്നില്ല എന്നതാണ് ഏറ്റവും സങ്കീർണം. ഇസ്രായേലിന്റെ മൊസാദും പാക്കിസ്ഥാന്റെ ഐ.എസ്.ഐയുമാണ് ഭീകരപ്രവർത്തനത്തെ വ്യാപകമായി ഉപയോഗപ്പെടുത്തുന്ന ചാരസംഘടനകൾ. ദായിഷിന്റെ

പിറവിക്ക് പിന്നിൽ ഇസ്രായേലി ചാരസംഘടനയാണെന്ന് സംശയി ക്കപ്പെടുന്നു. ഐ.എസ്. നേതാവ് അബൂബക്കർ ബഗ്ദാദിയുടെ പിറവിയെക്കുറിച്ചുള്ള ദുരൂഹത ഇനിയും അവസാനിച്ചിട്ടില്ല. അൽ ഖയ്ദയെ തകർക്കാൻ വേണ്ടി സൃഷ്ടിക്കപ്പെട്ട ഐ.എസ്. പിന്നീട്, യൂറോപ്പിനുവരെ കടുത്ത ഭീഷണിയായി.

തൊണ്ണൂറുകളുടെ ആരംഭത്തിൽ അൽഖയ്ദയെയും നേതാവ് ഉസാമ ബിൻ ലാദനെയും രംഗത്തിറക്കിയത് അമേരിക്കൻ ചാര സംഘടന സി.ഐ.എ. ആണെന്നത് പരസ്യമായ രഹസ്യം. അഫ് ഗാനിസ്ഥാനിൽനിന്ന് സോവിയേറ്റ് യൂണിയനെ തുരത്താനായിരുന്ന് അത്. ഒടുവിൽ, അമേരിക്കയ്ക്കുതന്നെ അൽഖയ്ദ വൻഭീഷണി യായി. സഊദി അറേബ്യയിലും ആധുനിക കാലത്തെ ആദ്യഭീക രാക്രമണം അൽഖയ്ദയുടെ വകയായിരുന്നു. 2000 നവംബർ 17ന് റിയാദിലെ ഉറുബ റോഡിൽ സ്ഫോടനത്തിൽ ഒരു ബ്രിട്ടീഷുകാരൻ കൊല്ലപ്പെട്ടു.

സിറിയയിൽ ബശാർ അൽ അസദിന്റെ ഭരണകൂടത്തെ താഴെ യിറക്കാൻ അമേരിക്കയും ഭീകരവാദികളെ പ്രോത്സാഹിപ്പിച്ചിട്ടുണ്ട്. ഐ.എസ്സിന് ആദ്യകാലങ്ങളിൽ വൻതോതിൽ ആയുധങ്ങൾ ലഭി ച്ചത് അമേരിക്കയിൽനിന്ന്. ലിബിയയിൽ കേണൽ ഗദ്ദാഫിയെ വധി ക്കുന്നതിന് അറബ് വസന്തത്തെ ഉപയോഗപ്പെടുത്തിയത് അമേരി ക്കയും നാറ്റോയുമാണ്. ചരടുവലിച്ചത് ഫ്രഞ്ച് ചാരസംഘടന. ഇങ്ങനെ മേഖലയിൽ ഭീകരവാദം വളർത്തുന്നതിൽ വിദേശ ചാര സംഘടനകൾ നിർണായക പങ്കു വഹിച്ചു. ചില ഏഷ്യൻ രാജ്യ ങ്ങളിൽനിന്ന് യുവാക്കളെ സംഘടിപ്പിച്ചു. ഇന്ത്യയിൽ പത്താൻ കോട്ടിലും ഉറിയിലും ഭീകരാക്രമണം നടത്തിയത് പാക്കിസ്ഥാനി കളാണെന്ന് ഉറപ്പിക്കാമെങ്കിലും അറബ് മേഖലയിലെ സംഭവ വികാസ ങ്ങളുമായി താരതമ്യം ചെയ്യുമ്പോൾ ആരാണ് തിരശ്ശീലയ്ക്ക് മറ വിൽനിന്ന് ചരടുവലിക്കുന്നതെന്നത് ഗൗരവമായ ചിന്തയ്ക്ക് വിഷയീ ഭവിക്കേണ്ട ഒന്നാണ്.

ഇന്ത്യയും പാക്കിസ്ഥാനും സൗഹാർദത്തിലായാൽ ആയുധ വ്യാപാരികൾക്ക് വലിയ നഷ്ടമുണ്ടാകും. മധ്യപൗരസ്ത്യ മേഖല യിൽ സമാധാനമുണ്ടായാലും വ്യാപാരം നന്നേ കുറയും. അതു കൊണ്ടുതന്നെ ഇരുട്ടിന്റെ ശക്തികൾ രണ്ടിടത്തും സംഘർഷത്തിന്റെ വൈറസ് പടർത്തിക്കൊണ്ടേയിരിക്കും.

ലോകത്താകെ പ്രതിവർഷം ശരാശരി 18 ലക്ഷം കോടി ഡോള റിന്റെ ആയുധ ഇടപാടുകൾ നടക്കുന്നു. അമേരിക്ക, റഷ്യ, ചൈന, ജർമനി, ഫ്രാൻസ്, ഇസ്രായേൽ രാജ്യങ്ങളാണ് പ്രധാന കയറ്റുമതി ക്കാർ. ഇന്ത്യ, സഊദി അറേബ്യ, പാക്കിസ്ഥാൻ തുടങ്ങിയ ഏഷ്യൻ

രാജ്യങ്ങളാണ് പ്രധാന ഇറക്കുമതിക്കാർ. 2.47 ലക്ഷം കോടി രൂപ യിലധികമായി ഇന്ത്യയുടെ പ്രതിരോധ ബജറ്റ്. പാക്കിസ്ഥാൻ പ്രതി രോധത്തിനുള്ള തുക 11 ശതമാനം വർധിപ്പിച്ചു. പൊതു ബജറ്റിന്റെ 25 ശതമാനം ആയുധങ്ങൾക്കുവേണ്ടി നീക്കിവെക്കേണ്ടി വരുന്ന രാജ്യമായി സഊദി മാറി. തീവ്രദേശീയതയോ മതവികാരമോ കുത്തിവെക്കപ്പെട്ട ജനങ്ങൾ ആയുധങ്ങൾ കണ്ട് ആവേശഭരിത രാകും. പക്ഷേ കാലിനടിയിൽനിന്ന് മണ്ണൊലിച്ചു പോകുന്നത് അറി യില്ല. ഏറ്റുമുട്ടലുകളും യുദ്ധങ്ങളും ഗുണംചെയ്യുന്നത് ഭരണാധി കാരികൾക്കും പട്ടാളമേധാവികൾക്കും മാത്രം. അവർ യുദ്ധത്തിൽ നേരിട്ട് പങ്കെടുക്കുകയുമില്ല. ആയുധ ഇടപാടിൽ വൻതോതിൽ കമ്മീഷൻ സമ്പാദിക്കുകയും ചെയ്യും. ഇന്ത്യയിൽ ശവപ്പെട്ടി കുംഭ കോണം ഉദാഹരണം.

1999ൽ 1.87 ലക്ഷം ഡോളറിന്റെ നഷ്ടമാണ് ഇന്ത്യയ്ക്ക് നേരിട്ട തെന്ന് സി.എ.ജി. റിപ്പോർട്ട് ചൂണ്ടിക്കാട്ടുന്നു. അമേരിക്കൻ കമ്പനി യാണ് ഇന്ത്യൻ പട്ടാളക്കാർക്ക് ശവപ്പെട്ടി നിർമ്മിച്ചു നൽകിയത്. ഒരു ശവപ്പെട്ടിക്ക് 2500 ഡോളറാണ് ആ കമ്പനി ഈടാക്കിയത്. മേജർ ജനറൽ അരുൺ റോയി, കേണൽ എസ്.കെ. മാലിക്, കേണൽ എഫ്.ബി. സിംഗ് എന്നിവർക്കെതിരെ സി.ബി.ഐ. കുറ്റപത്രം സമർ പ്പിച്ചു. പക്ഷേ, കേസ് എങ്ങുമെത്തിയില്ല.

സഊദി അറേബ്യ എണ്ണവരുമാനത്തിന്റെ പകുതിയോളം ആയുധ ങ്ങൾ വാങ്ങാൻ ഉപയോഗിക്കുന്നു. ഭീകരവാദികളെയും ഇറാൻ നേതൃത്വം നൽകുന്ന 'ഷിയാ' രാജ്യങ്ങളെയും പ്രതിരോധിക്കാനാ ണിത്. അമേരിക്കയിൽനിന്നാണ് കൂടുതലായും ആയുധങ്ങൾ എത്തു ന്നത്. സമാധാനത്തിനു വേണ്ടിയുള്ള യുദ്ധം ഐക്യരാഷ്ട്രസഭയും അംഗീകരിച്ച സ്ഥിതിക്ക്, ആയുധവ്യാപാരികൾക്ക് എപ്പോഴും ഉത്സവ മാണ്. ഇതൊന്നും അറിയാതെ, ആയുധമേന്തുന്നവരും ആക്രോശം നടത്തുന്നവരും മാനവരാശിയെ നശിപ്പിക്കാൻ സംഭാവന ചെയ്യുന്ന വരാണ്. ഗൾഫിൽ ധാരാളം ഇന്ത്യക്കാരും പാക്കിസ്ഥാനികളുമുണ്ട്. അവരിൽ മഹാഭൂരിപക്ഷം പക്ഷേ, പരസ്പരം സൗഹൃദത്തിലാണ്.

* * *

ഐ.എസ്സിന്റെ നിലപാടുകളും നിഷ്ഠൂരതകളും പുറംലോകത്തെ ത്തുന്നത് എങ്ങനെയാണ്? അതിന് വിപുലമായ സാങ്കേതിക സംവി ധാനങ്ങൾ ഉണ്ടെന്നാണ് ഐ.എസ്സിനുവേണ്ടി പലപ്പോഴും ക്യാമറ ചലിപ്പിച്ച മൊറോക്കൊക്കാരൻ അബുഹാജിർ അൽ മഗ്രിബി പറ യുന്നത്. അബു ഹാജിർ ഇപ്പോൾ സ്വന്തം രാജ്യത്ത് തടവിലാണ്.

ഐ.എസ്സിനുവേണ്ടി പ്രവർത്തിച്ചതിൽ കുറ്റബോധമുണ്ടെങ്കിലും നിർബന്ധിതാവസ്ഥയിലായിരുന്നുവെന്ന് അബു ഹാജിർ സ്വയം സമാധാനിക്കുന്നു.

ഐ.എസ്സിന് ഒരു മാധ്യമവിഭാഗമുണ്ട്. വ്യത്യസ്ത സ്ഥലങ്ങളിൽ ശാഖകളും. ശാഖയുടെ തലവനാണ്, എവിടെയൊക്കെ പോകണം, എന്തൊക്കെ പകർത്തണം എന്ന് നിർദ്ദേശം നൽകുക. തുണ്ടുകടലാസിലായിരിക്കും നിർദ്ദേശം. കടലാസിൽ 'ദായിഷി'ന്റെ പതാക മുദ്രണം ചെയ്തിരിക്കും.

ചിലപ്പോൾ, തലയറുക്കുന്ന ദൃശ്യം പകർത്തണം. മറ്റു ചിലപ്പോൾ മസ്ജിദിൽ നിസ്കാരവും മറ്റും. എന്നാൽ പലപ്പോഴും കൃത്യമായ സ്ഥലം അറിയിക്കില്ല. ഏകദേശ വഴി അടയാളപ്പെടുത്തിയിരിക്കും എന്നു മാത്രം.

2014ലാണ് അബു ഹാജിർ സിറിയയിലെ റഖയിലേക്ക് പോയത്. റഖയിലാണ് ഐ.എസ്സിന്റെ ആസ്ഥാനം. അവിടെ 10 ക്യാമറക്കാരുണ്ടായിരുന്നു.

അവിടെയെത്തി, താമസിയാതെ ആദ്യ നിർദേശം ലഭിച്ചു. 160 സിറിയൻ സൈന്യത്തെ മരുഭൂമിയിൽ കൊണ്ടുപോയി വധശിക്ഷയ്ക്കു വിധേയമാക്കുന്ന ദൃശ്യം പകർത്തണം.

''ഒരു ക്യാനൻ ക്യാമറ എന്റെ കൈയിൽ വെച്ചുതന്നു. എന്നെ അവർ മരുഭൂമിയിലേക്ക് നടത്തിച്ചു. അവിടെ 160 സൈനികരെ മുട്ടുകുത്തി നിർത്തിയതായി കണ്ടു. ഓരോ സൈനികന്റെ പിറകിലും ഐ.എസ്. ഭീകരവാദികൾ. സൈനികർ അടിവസ്ത്രം മാത്രമേ ധരിച്ചിരുന്നുള്ളൂ. സൈനികർക്കുനേരെ വെടിയുതിർക്കാൻ എവിടെ നിന്നോ ആക്രോശമുയർന്നു. ഭീകരരുടെ കൈയിലെ യന്ത്രത്തോക്കുകൾ തീ തുപ്പി. ഓരോ സൈനികനും പിടഞ്ഞുവീണ് നിശ്ചലരായി. മരിക്കാത്തവരുടെ തലയറുത്തു.'' – അബു ഹാജിർ ഓർക്കുന്നു.

റഖയിലെയും പരിസരപ്രദേശങ്ങളിലെയും സംഭവവികാസങ്ങൾ വിശദമായി പകർത്തിയശേഷം ഐ.എസ്. മാധ്യമവിഭാഗം സാമൂഹികമാധ്യമങ്ങളിൽ അവ സംപ്രേഷണം ചെയ്യും. മാധ്യമവിഭാഗത്തിൽ ഏറെയും വിദേശികളാണ്. അമേരിക്കക്കാരുമുണ്ട്. അവർ സംപ്രേഷണത്തിൽ വൈദഗ്ധ്യം നേടിയവരാണ്. ചിലരെ കണ്ടാൽ വാർത്താചാനലിൽ നിന്ന് എത്തിയവരാണെന്ന് തോന്നും.

സൈനികവേഷത്തിലാണ് ഇവർ നടക്കുക. നിർദ്ദേശം നൽകുന്നവർ 'അമീർ' എന്നാണ് അറിയപ്പെടുക. ഓരോ പ്രദേശത്തും എന്ത് നടക്കുമെന്ന് അമീറുമാർക്ക് കൃത്യമായി അറിയാം. സാധാരണ

ഭീകരവാദികളേക്കാൾ പദവി നേടിയവരാണവർ. ഉയർന്ന വരുമാന വുമുണ്ട്. ലോകത്തിന്റെ വിവിധ ഭാഗങ്ങളിൽനിന്ന് ലഭിക്കുന്ന ദൃശ്യ ങ്ങൾ ഏകോപിപ്പിക്കുക, വിശകലനം ചെയ്യുക എന്നതും അമീറു മാരുടെ ഉത്തരവാദിത്തം. ഫ്രാൻസിൽ കൊല്ലപ്പെട്ട ഭീകരവാദി അബ്ദുൽ ഹമീദ് അബൂദ് ഐ.എസ്സിന്റെ മാധ്യമവിഭാഗത്തിലായിരുന്നു. ബ്രിട്ട നിലെ കമ്പ്യൂട്ടർ വിദഗ്ധൻ ജുനൈദ് ഹുസൈൻ ഇവരോടൊപ്പം ഉണ്ട്. ഭയം ഇളക്കിവിട്ട് ആളുകളെ വരുതിയിലാക്കുക എന്ന കുടില തന്ത്രമാണ് ഐഎസ്. മാധ്യമവിഭാഗം നടപ്പാക്കുന്നത്.

അതിന് റിപ്പോർട്ടർമാർക്കും ക്യാമറക്കാർക്കും പരിശീലനം നൽകും. സൈനിക ചിട്ടയോടെയാണ് പരിശീലനം. ഉയർന്ന ഗുണമുള്ള മൊബൈൽ ഫോണുകൾ എങ്ങനെ റിപ്പോർട്ടിംഗിന് ഉപയോഗപ്പെടു ത്തണം എന്നുവരെ പഠിപ്പിക്കും.

അബു ഹാജിർ ഓൺലൈൻ വഴിയാണ് ഐ.എസ്സുമായി ബന്ധം സ്ഥാപിക്കുന്നത്. മൊറോക്കോയിലെ ദരിദ്രരുടെ ഇടയിൽനിന്ന് നിര വധി പേർ ഐ.എസ്സിലെത്തി. മൊറോക്കോയിൽ കുടിലിൽ താമസി ക്കേണ്ടി വന്നവർക്ക് സിറിയയിൽ ആഡംബരവില്ലകൾ ലഭ്യമായി രുന്നു. അബു ഹാജിറിന് കാറും 700 ഡോളർ മാസ ശമ്പളവും വാഗ്ദാനം ചെയ്യപ്പെട്ടു.

ആരാണ് ഐ.എസ്. മാധ്യമവിഭാഗം നേതാവ്? ഇപ്പോഴത്തെ വക്താവ് അബു മുഹമ്മദ് അദ്നാനിയാണെന്ന് സംശയിക്കുന്നു. ക്യാമറാമാന്മാർക്കോ റിപ്പോർട്ടർമാർക്കോ യാതൊരു ഊഹവുമില്ല. അൽഖയ്ദയുടെ ഓൺലൈനിനു വേണ്ടി മുമ്പ് പ്രവർത്തിച്ചിരുന്ന വരിൽ പലരും ഐ.എസ്സിൽ എത്തിയിട്ടുണ്ട്. തലയറുക്കൽ ദൃശ്യ വത്കരിച്ചു കഴിഞ്ഞാൽ മെമ്മറി സ്റ്റിക്ക് അതാത് പ്രദേശത്തെ അമീ റിന് നൽകണം. അവരാണ് 'കേന്ദ്ര ഓഫീസി'ലേക്ക് അയയ്ക്കുക. സായുധരായ ആളുകൾ കാവൽ നിൽക്കുന്ന സ്ഥലമാണ് കേന്ദ്ര ഓഫീസ്. ഇത്തരത്തിൽ 36 ഓഫീസുകളുണ്ട്. ഇവിടെ എഞ്ചിനീയർ മാരും ചോരൻ (ഹാക്കർ)മാരും ഉണ്ട്. 24 മണിക്കൂറും വൈദ്യുതി ബന്ധമുള്ള, ഇടതടവില്ലാതെ ഇന്റർനെറ്റ് ലഭിക്കുന്ന ഇടമാണത്. തലയറുക്കലിൽ വിദഗ്ധനായ ജിഹാദി ജോണിന് നായക പരിവേഷ മാണ് ഇവർക്കിടയിൽ.

കേന്ദ്ര ഓഫീസുകളിൽ മിക്കവരും പാശ്ചാത്യ വേഷധാരികളാണ്. പാശ്ചാത്യ ബ്രാന്റ് വസ്ത്രങ്ങളും പാദരക്ഷകളുമാണ് അണിയുക. എഡിറ്റർമാർ അമേരിക്കക്കാരാണ്. 2014ൽ പുറത്തിറക്കിയ യുദ്ധത്തിന്റെ തീനാളങ്ങൾ എന്ന ഡോക്യുമെന്ററി 55 മിനുട്ട് നീണ്ടുനിന്നു. ഖലീഫ സാമ്രാജ്യം എങ്ങനെ ആയിരിക്കണം എന്നാണ് അതിൽ വിവരിക്കു ന്നത്.

പാരീസ് ആക്രമണത്തിനുശേഷം പ്രക്ഷേപണം ചെയ്ത വീഡിയോയിലെ ശബ്ദം അമേരിക്കൻ ഇംഗ്ലീഷ് ശൈലിയിലായിരുന്നു. ഐ.എസ്. മാധ്യമ വിഭാഗത്തിൽ പ്രവർത്തിക്കുന്നവരെക്കുറിച്ച് അമേരിക്കൻ രഹസ്യാന്വേഷണ വിഭാഗത്തിന് കൃത്യമായ ധാരണയുണ്ടെങ്കിലും പുറത്തുവിടുന്നില്ല. എല്ലാം ഇരുമ്പ് മറയ്ക്കകത്തായതുകൊണ്ട് പൊതുമാധ്യമങ്ങൾക്ക് അന്വേഷിച്ചു കണ്ടെത്താൻ കഴിയുന്നില്ല. പട്ടാള ജനറൽമാർ നൽകുന്ന വിവരങ്ങളാണ് പൊതുമാധ്യമങ്ങളിൽ പ്രത്യക്ഷപ്പെടുന്നത്. പ്രതിച്ഛായ നിർമിതിക്കുവേണ്ടിയുള്ള അത്തരം വാർത്തകളിൽ സംതൃപ്തിയടയാനേ പൊതുമാധ്യമങ്ങൾക്ക് കഴിയുന്നുള്ളൂ.

മധ്യപൗരസ്ത്യ മേഖലയിൽ വേരോട്ടമുള്ള അറബി ചാനലുകൾ വരെ ഇരുട്ടിൽ തപ്പുകയാണ്. അൽ ജസീറ ചാനൽ ഐ.എസ്സിന്റെ ഉത്ഭവത്തെക്കുറിച്ചും വളർച്ചയെക്കുറിച്ചും ഒരു ഫീച്ചർ ചെയ്തിരുന്നു. അതിന്റെ തുടക്കം ഇങ്ങനെ: ''സദ്ദാമിന്റെ പ്രതിമ നിലംപതിച്ചപ്പോൾ, എല്ലാ സുരക്ഷയും താഴെ വീണുടഞ്ഞു.'' എന്നാൽ, മിക്ക വിവരങ്ങൾക്കും ഫീച്ചർ ആശ്രയിക്കുന്നതാവട്ടെ പാശ്ചാത്യ നിരീക്ഷകരെയും. ഐ.എസ്. തലവൻ അബൂബക്കർ ബഗ്ദാദി 2004 മുതൽ 2010 വരെ അമേരിക്കയുടെ നിയന്ത്രണത്തിലായിരുന്ന ക്യാമ്പ് ബുക്ക തടവറയിലായിരുന്നു. അവിടെ നിന്ന് ലഭിച്ച പരിശീലനമാണ് അയാൾ നടപ്പാക്കിയത്?

■

സദ്ദാം - ഒരു പുനർവായന

സദ്ദാം ഹുസൈനെ വധിച്ചത്, വലിയ പിഴവാണെന്ന് അമേരിക്കയും ബ്രിട്ടനും ഇപ്പോൾ കരുതുന്നുണ്ടാകണം. അനേകം ഗോത്രസങ്കീർണതകളുള്ള ഇറാഖിൽ ഭീകരവാദത്തെ അടിച്ചമർത്താൻ സദ്ദാമിനു കഴിയുമായിരുന്നു. സദ്ദാമിനു മാത്രമേ കഴിയുമായിരുന്നുള്ളൂ.

ഇറാഖിലാണ് ഇസ്‌ലാമിക് സ്റ്റേറ്റ് ഉദയംകൊണ്ടത്. സദ്ദാമിന്റെ കാലത്ത് തടവിലായിരുന്ന അബൂബക്കർ ബഗ്ദാദിയാണ് നേതാവ്. അവർ, ലോകത്താകെ കൂട്ടക്കൊല നടത്തി. മേഖലയിൽ ശിയാ, സുന്നി തർക്കം കൊഴുപ്പിച്ചു. ഇറാഖും കടന്ന് സിറിയയിലും വ്യാപകമായി നശീകരണം നടത്തി. ഇതൊക്കെ മുൻകൂട്ടി കണ്ടാണ്, വിവേകമുള്ളവർ അക്കാലത്ത് സദ്ദാമിനെതിരെയുള്ള നീക്കത്തെ വിമർശിച്ചത്. സദ്ദാമുണ്ടായിരുന്നെങ്കിൽ ഇസ്‌ലാമിക് സ്റ്റേറ്റ് തല പൊക്കില്ലായിരുന്നു.

ഇറാഖിലും സിറിയയിലുമായി പത്തു വർഷത്തിനിടയിൽ 20 ലക്ഷത്തോളം ആളുകൾ കൊല്ലപ്പെട്ടിരിക്കുന്നു. അംഗവൈകല്യം വന്നവർ അത്രത്തോളം തന്നെയുണ്ട്. അഭയാർത്ഥികളാക്കപ്പെട്ടവർ 50 ലക്ഷത്തോളം. നാഗരികതയുടെ ഈറ്റില്ലങ്ങളായിരുന്ന ബാഗ്ദാദും ഡമാസ്കസും തകർന്നു. 2003വരെ അൽഖയ്ദ ആയിരുന്നു ഭീഷണി. അവരെ ഉന്മൂലനം ചെയ്യാനായി അമേരിക്കയും സഖ്യകക്ഷികളും ആവതും ശ്രമിച്ചു. കഴിയില്ലെന്നു വന്നപ്പോൾ അബൂഗാരിബ് ജയിലിലുണ്ടായിരുന്ന അബൂബക്കർ ബഗ്ദാദിയെ ഉപയോഗപ്പെടുത്തി. കുടത്തിൽനിന്ന് ഭൂതത്തെ തുറന്നു വിട്ടതുപോലെയായി സമീപനം. ആ ഭൂതം വളർന്ന് ലോകസമാധാനത്തിനുമേൽ കരിനിഴൽ വീഴ്ത്തി.

അറബ് ദേശീയതയായിരുന്നു അറുപതുകളിൽ ഇറാഖ്, ഈജിപ്ത്, ലിബിയ, സിറിയ എന്നീ രാജ്യങ്ങളിലെ രാഷ്ട്രീയമന്ത്രം. അറബി സംസാരിക്കുന്ന എല്ലാവരുടെയും ഐക്യം എന്നതായിരുന്നു ലക്ഷ്യം. എന്തെല്ലാം കുറവുകളുണ്ടായിരുന്നെങ്കിലും ഭരണാധികാരികളിൽ ഏകാധിപത്യ സ്വഭാവം ഉണ്ടായിരുന്നെങ്കിലും അതൊന്നും ജനങ്ങളുടെ ദൈനംദിന ജീവിതത്തെ ബാധിച്ചിരുന്നില്ല. എണ്ണവരുമാനം

ഒരുപരിധിവരെ ജനങ്ങളുടെ ക്ഷേമത്തിന് ഉപയുക്തമാക്കപ്പെട്ടിരുന്നു. എഴുപതുകളിൽതന്നെ, സദ്ദാം ഹുസൈൻ എണ്ണപ്പാടങ്ങൾ ദേശ സാൽക്കരിച്ചു. ധാരാളം വിദ്യാഭ്യാസ സ്ഥാപനങ്ങൾ നിർമ്മിച്ചു. അറബ് ലോകത്തെ ഏറ്റവും ധനികരാജ്യമായി ഇറാഖ് മാറി. സദ്ദാ മിന്റെ ചില തീരുമാനങ്ങൾ ഇറാഖിന്റെ പ്രഭാവം അന്നേ കുറിച്ചിരു ന്നുവെന്ന യാഥാർത്ഥ്യം അംഗീകരിക്കുമ്പോൾതന്നെ, ഇപ്പോഴത്തെ ദുരിതങ്ങളുമായി തട്ടിച്ചുനോക്കുമ്പോൾ ഇറാഖ് സ്വർഗമായിരുന്നു.

ഇസ്‌ലാമിക് സ്റ്റേറ്റിന്റെ ആവിർഭാവം ഗൾഫ് രാജ്യങ്ങളെയും ഭീതിയിലാഴ്ത്തി. 2010ലാണ് ഇസ്‌ലാമിക് സ്റ്റേറ്റിനെക്കുറിച്ച് ഗൾഫ് മാധ്യമങ്ങൾ ആദ്യമായി കേൾക്കുന്നത്. അൽഖയ്ദ ക്ഷീണിച്ചു വരികയായിരുന്നു. ആ പഴുതിൽ 'ഐസിൽ' ഇടിച്ചുകയറി. 2013 ഓടെ അവർ വിശ്വരൂപം പൂണ്ടു. സിറിയയിൽ വമ്പിച്ച അക്രമണങ്ങൾ നടത്തി. ചരിത്രസ്മാരകങ്ങൾ തകർത്തു. ഓരോ പ്രവിശ്യകളും പിടിച്ചടക്കി. ഇറാഖിലെ ന്യൂനപക്ഷങ്ങളെ കൂട്ടക്കൊല ചെയ്തു. സഊദി അറേബ്യയിൽ പലപ്പോഴും സ്ഫോടനങ്ങൾ നടന്നു. നിര വധിപേർ കൊല്ലപ്പെട്ടു.

ഇതിനിടയിൽ ലിബിയയിൽ കേണൽ ഗദ്ദാഫി കൊല്ലപ്പെട്ടു. അറബ് വസന്തത്തിന്റെ പ്രചാരകരും നാറ്റോയും സംയുക്തമായാണ് കേണൽ ഗദ്ദാഫിയെ കൊലപ്പെടുത്തിയത്. 2011 ഒക്ടോബർ 20നായി രുന്നു അത്. മധ്യപൗരസ്ത്യദേശത്ത് മികച്ച ആരോഗ്യസേവന കേന്ദ്ര ങ്ങളുണ്ടായിരുന്ന ലോകത്തിലെ വലിയ ജലവിതരണസംവിധാനം വിഭാവനം ചെയ്ത ലിബിയ ഇന്ന് പശ്ചാത്തല സൗകര്യങ്ങളില്ലാതെ ഊർദ്ധശ്വാസം വലിക്കുന്നു. ലിബിയയും ഭീകരരുടെ വിഹാരകേന്ദ്ര മാണ്. 1969ലാണ് ഗദ്ദാഫി അധികാരത്തിലേറിയത്. സദ്ദാം ഇറാഖിൽ ചെയ്തതുപോലെ ഗദ്ദാഫിയും എണ്ണ വ്യവസായം ദേശസാൽക്ക രിച്ചു. ഫലസ്തീനെ പരമാവധി സഹായിച്ചു. ഇവയെല്ലാം പാശ്ചാ ത്യരെ പ്രകോപിപ്പിക്കുന്നവയായിരുന്നു. ഗദ്ദാഫിയെ വധിച്ചതിനു മുമ്പും പിമ്പുമുള്ള ലിബിയ പഠനാർഹമാണ്.

അഞ്ചുവർഷമായി സിറിയയിൽ ചോരച്ചാലുകൾ ഒഴുകാൻ തുട ങ്ങിയിട്ട്. എപ്പോൾ അവസാനിക്കുമെന്ന് പറയാൻ കഴിയില്ല. ബശാർ അൽ അസദ് അധികാരത്തിൽ നിന്ന് പുറത്താക്കപ്പെട്ടാലും സാമാ ധാനം ഉണ്ടാകില്ല. അത്ര ആഴത്തിലാണ് വംശവിദ്വേഷങ്ങൾ.

മധ്യപൗരസ്ത്യ ദേശത്തിന്റെ ദയനീയതയുടെ പ്രതീകമായി മാറിയ ഐലൻ കുർദി എന്ന കുഞ്ഞിന്റെ മൃതദേഹചിത്രം വായനക്കാരെ വേട്ടയാടാൻ തുടങ്ങിയിട്ട് വർഷങ്ങളായി. പക്ഷേ, വൻ ശക്തിരാജ്യ ങ്ങളുടെ രാഷ്ട്രത്തലവന്മാരുടെ മനോഭാവത്തിൽ ഒരു മാറ്റവുമില്ല.

ഇറാഖിലെ ഫലൂജയിൽ ഇസ്‌ലാമിക് സ്റ്റേറ്റ് (ഐ.എസ്.) ഭീകര വാദികളും ഇറാഖി സൈന്യവും തമ്മിലെ ഏറ്റുമുട്ടൽ രൂക്ഷമായ

സന്ദർഭമുണ്ട് . അവിടെയുള്ള സാധാരണക്കാർ പലായനം ചെയ്തു. ഒറ്റ ദിവസം ഏതാണ്ട് 20,000 കുട്ടികളടക്കം ലക്ഷത്തോളം കുടുംബ ങ്ങളെ, ഏറ്റുമുട്ടൽ ബാധിച്ചുവെന്നാണ് ഔദ്യോഗിക കണക്ക്. ചൂട് കാലമായതിനാൽ, ആവശ്യത്തിന് വൈദ്യുതിയും വെള്ളവും ലഭി ക്കാതെ, അഭയാർത്ഥി കൂടാരങ്ങളിൽ നരകിച്ച് ആയിരങ്ങൾ.

സദ്ദാം ഹുസൈന്റെ കാലത്ത് ഇറാഖിലെ ഏറ്റവും സമ്പന്നമായ പ്രദേശമായിരുന്നു ബഗ്ദാദിന് 60 കിലോമീറ്റർ അപ്പുറത്തുള്ള ഫലൂജ. സദ്ദാം ഇറാഖിനെ ഭരിച്ച 1979 മുതൽ 2003 വരെ ഫലൂജ കനത്ത തോതിൽ വ്യവസായവൽകരിക്കപ്പെട്ടു. ദൈർഘ്യമേറിയ പാലവും ആധുനിക റോഡുകളും പണികഴിക്കപ്പെട്ടു.

1991ലെ ഗൾഫ് യുദ്ധത്തിൽ അമേരിക്കയും ബ്രിട്ടനും ഫലൂജ യ്ക്കുനേരെ വൻതോതിൽ വ്യോമാക്രമണം നടത്തിയപ്പോൾ, 200 ഓളം പേർ കൊല്ലപ്പെട്ടപ്പോൾ പോലും ഫലൂജയിലെ ജനങ്ങൾ ഭയന്നില്ല. കാരണം, എല്ലാ ആപത്തുകളിൽനിന്നും രക്ഷിക്കാൻ സദ്ദാ മുണ്ടെന്നതായിരുന്നു വിശ്വാസം.

2003ൽ അമേരിക്കയും സഖ്യരാജ്യങ്ങളും ഇറാഖ് പിടിച്ചടക്കിയ തോടെ ഫലൂജയുടെ കഷ്ടകാലം തുടങ്ങി. ദിവസങ്ങളോളം കർഫ്യൂ ആയിരുന്നു. പൊറുതിമുട്ടിയ ജനങ്ങൾ തെരുവിലിറങ്ങി. ജനങ്ങൾ ക്കെതിരെ അമേരിക്കൻ സൈന്യം വെടിയുതിർത്തു. ''ആക്രമണ ത്തിന് കോപ്പുകൂട്ടിയ 17 പേർ കൊല്ലപ്പെട്ടു''വെന്നായിരുന്നു അമേ രിക്കയുടെ ന്യായം. എന്നാൽ, യാതൊരു പ്രകോപനവുമില്ലാതെ നൂറുകണക്കിനാളുകളെ തോക്കിനിരയാക്കുകയായിരുന്നുവെന്ന് മനു ഷ്യാവകാശ സംഘടനകൾ. പിന്നീട്, ഏറ്റുമുട്ടലുകളുടെ പരമ്പര യായിരുന്നു. അമേരിക്കൻ സൈന്യത്തിലെ നാലുപേർ കൊല്ലപ്പെട്ട തോടെ നരനായാട്ടായിരുന്നു. 2004 നവംബറിൽ 1350 പേരെ ഒറ്റയടിക്ക് കൊലപ്പെടുത്തി. നഗരത്തിനു നേരെ സൈന്യം തുരുതുരെ ബോംബ് വർഷിക്കുകയായിരുന്നു. രാസായുധങ്ങൾ വ്യാപകമായി ഉപയോ ഗിച്ചു. യൂഫ്രട്ടീസ് നദിയിൽ മൃതദേഹങ്ങൾ ഒഴുകിക്കൊണ്ടിരുന്നു.

പതിനായിരത്തോളം ഭവനങ്ങളാണ് അന്ന് തകർക്കപ്പെട്ടത്. 60 വിദ്യാലയങ്ങളും 65 മസ്ജിദുകളും ഇടിച്ചുനിരപ്പാക്കി. നഗരം ശ്മശാന മൂകമായി. നഗരത്തിലുണ്ടായിരുന്നവരിൽ 80 ശതമാനം പേർ പലാ യനം ചെയ്തു. ഒരു വർഷം കഴിഞ്ഞ് പലരും മടങ്ങിയെത്താൻ തുടങ്ങി. 2006 ഡിസംബറിൽ ഇറാഖീ സൈന്യം നഗരത്തിന്റെ നിയ ന്ത്രണം ഏറ്റെടുത്തു.

ജനിച്ച മണ്ണിൽനിന്ന് പലായനം ചെയ്തവർ, ഏറെയും അഭയം പ്രാപിച്ചത് സിറിയയിലായിരുന്നു. അഞ്ചുവർഷം മുമ്പ്, ഇസ്‌ലാമിക് സ്റ്റേറ്റ് സിറിയയിൽ പ്രക്ഷോഭം തുടങ്ങിയപ്പോൾ പലർക്കും സ്വന്തം നാട്ടിലേക്ക് മടങ്ങേണ്ടിവന്നു. രണ്ടുവർഷം മുമ്പ് ഇസ്‌ലാമിക് സ്റ്റേറ്റ്

ഫലൂജയെയും ലക്ഷ്യമിട്ടു. ഏതാനും ദിവസങ്ങൾക്കകം ഫലൂജ ഇസ്‌ലാമിക് സ്റ്റേറ്റിന്റെ അധീനതയിലായി. സദ്ദാമിന്റെ കാലത്ത്, അടങ്ങിയൊതുങ്ങി കഴിഞ്ഞിരുന്ന യുദ്ധ പ്രഭുക്കൾ, ഇസ്‌ലാമിക് സ്റ്റേറ്റിനോട് കൂറുപുലർത്തിയതോടെ, ഇറാഖിൽ ഏറ്റവും പ്രക്ഷുബ്ധ മായ നഗരമായി ഫലൂജ മാറി. ഇറാഖ് ഭരണകൂടത്തിന് ഫലൂജയ്ക്കു മേലുള്ള നിയന്ത്രണം നഷ്ടമായി. ഫലൂജയെ തിരിച്ചുപിടിക്കാനുള്ള സൈനികാക്രമണം പിന്നീടുള്ള രക്തച്ചൊരിച്ചിലിനും പലായന ങ്ങൾക്കും കാരണമായി.

ചില സ്ഥലങ്ങളിൽ, നാലുഭാഗത്തും ആയുധധാരികൾ നില യുറപ്പിച്ചിരിക്കുന്നതിനാൽ, ജനങ്ങൾ ബന്ദികളെപ്പോലെയാണെന്ന് യൂണിസെഫ് പ്രതിനിധി പീറ്റർ ഹോക്കിൻസ് ചൂണ്ടിക്കാട്ടി. കുട്ടി കൾക്ക് ആയുധം നൽകി യുദ്ധമുഖത്തേക്ക് വിടുകയായിരുന്നു ഇസ്‌ലാമിക് സ്റ്റേറ്റ്. പട്ടാളക്കാരാണെങ്കിൽ, കണ്ണിൽചോരയില്ലാത്ത വിധം കൊലപ്പെടുത്തുകയും ചെയ്തു. 50,000 പേർ കുടുങ്ങിക്കിടന്നു. ഗ്രാമങ്ങളെ മോചിപ്പിക്കാൻ ഏതറ്റം വരെയും പോകുമെന്ന് ഇറാഖി സൈന്യം. പക്ഷേ, വലിയ നാശം നേരിട്ടത് സൈന്യത്തിന്. 130 സൈനികർ ഒറ്റദിവസം കൊല്ലപ്പെട്ടു. ചാവേറുകളെ ഉപയോഗിച്ചുള്ള യുദ്ധതന്ത്രമാണ് ഐ.എസ്. പയറ്റിയത്. സൈനികരുടെ ബാരക്കു കളിലേക്ക് ചാവേറുകൾ ഓടിക്കയറി പൊട്ടിത്തെറിക്കും. ഐ.എസ്സിന് ഒന്നോ രണ്ടോ പേരാണ് നഷ്ടപ്പെടുന്നത്. സൈന്യത്തിന് പത്തും പതിനഞ്ചും പേർ. ഇത് കാരണം, അമേരിക്കൻ സൈന്യം വ്യോമാ ക്രമണത്തിൽ മാത്രമേ ഇറാഖി സൈന്യവുമായി കൈകോർക്കു ന്നുള്ളൂ.

മിക്ക റോഡുകളിലും ഐ.എസ്. കുഴിബോംബുകൾ സ്ഥാപി ച്ചിട്ടുണ്ട്. കരയുദ്ധത്തിൽ ഐ.എസ്സിനെ എളുപ്പം പരാജയപ്പെടുത്താൻ കഴിയുമായിരുന്നില്ല. മാത്രമല്ല, കുട്ടികളെയും സ്ത്രീകളെയും മനുഷ്യ കവചമാക്കുകയും ചെയ്തു. മൂന്നു ലക്ഷം പേർ വസിച്ചിരുന്ന, അനേകം മനോഹര കെട്ടിടങ്ങളുണ്ടായിരുന്ന ഫലൂജ പ്രേതനഗരമാകാൻ അധികം ദിവസം വേണ്ടിവന്നില്ല. വ്യോമാക്രമണവും പകർച്ച വ്യാധികളും നഗരത്തെ ചവച്ചുതുപ്പുകയായിരുന്നു. സിറിയയിൽ ഐ.എസ്സിനെ തിരെ റഷ്യ ഒരു പരിധിവരെ വിജയിച്ചു. അലെപ്പോ നഗരം സാധാ രണ നിലയിലായി. ഇറാഖിൽ, പക്ഷേ അമേരിക്ക. പരാജയപ്പെടുന്ന തോടൊപ്പം വൻതോതിൽ ആൾനാശവും സംഭവിക്കുന്നു.

ശത്രുക്കളെ പ്രതിരോധിക്കാൻ, ജീവൻ ബലിയർപ്പിക്കാൻ ആയിര ക്കണക്കിന് പോരാളികൾ ഉണ്ടെന്ന് ഐ.എസ്. നേതാവ് അബൂബ ക്കർ ബഗ്ദാദി പറഞ്ഞിരുന്നു. 'ഖലീഫ' സാമ്രാജ്യം സ്ഥാപിക്കാമെന്ന് വ്യാമോഹിച്ചാണ് നിരവധി യുവതീയുവാക്കൾ അബൂബക്കർ ബഗ്ദാദി യുടെ പിൻതുടർച്ചക്കാരായത്. പക്ഷേ, വാളെടുത്തവൻ വാളാൽ

എന്ന് അവർ മനസ്സിലാക്കിയില്ല. സർവനാശത്തിലേക്കാണ് കാലെ ടുത്തുവെച്ചിരിക്കുന്നതെന്നും.

ബോംബു വർഷങ്ങളിൽനിന്നും ഭീകരതയുടെ വാൾതലപ്പിൽ നിന്നും രക്ഷ നേടാൻ ജനിച്ച മണ്ണ് വിട്ട്, കൊടും തണുപ്പിൽ കിലോ മീറ്ററുകൾ താണ്ടിയാണ് അതിർത്തികളിൽ എത്തിയത്. എന്നാൽ, പാരീസിലും മറ്റും ഭീകരാക്രമണം സംഭവിച്ചതിനാൽ പലരും വാതിൽ തുറന്നുകൊടുത്തില്ല.

ജർമനിയും സ്പെയിനും മറ്റും ധാരാളം പേരെ സ്വീകരിച്ചു. പക്ഷേ, എല്ലാ ആർദ്രതയും ദിവസങ്ങൾകൊണ്ട് അവസാനിച്ചു.

യൂറോപ്പിൽ എത്തിയവരിൽ പകുതിയും സിറിയയിൽ നിന്നുള്ള വർ. പത്തു ലക്ഷം പേരാണ് ഗ്രീസ്, ബൾഗേറിയ, ഇറ്റലി, സ്പെയിൻ എന്നീ രാജ്യങ്ങളിൽ അഭയാർത്ഥികളായി എത്തിയത്. ഇതിൽ 3,600 ഓളം പേർ മരിച്ചതായാണ് ഐക്യരാഷ്ട്രസഭയുടെ റിപ്പോർട്ട്. ആയിര ക്കണക്കിനാളുകൾ രോഗങ്ങൾക്ക് അടിമയായി.

സിറിയയിൽ സമാധാനം പുനഃസ്ഥാപിക്കാനുള്ള ശ്രമങ്ങൾ ഊർ ജിതമായി എന്നതു മാത്രമായിരുന്നു പ്രത്യാശ. ഐക്യരാഷ്ട്രസഭ യുടെ നേതൃത്വത്തിൽ ചർച്ചകൾ നടന്നു. സിറിയൻ പ്രസിഡന്റ് ബശാർ അൽ അസദിനെ നീക്കിക്കൊണ്ട് പ്രശ്നപരിഹാരം സാധ്യ മല്ലെന്നാണ് റഷ്യൻ നിലപാട്. എത്രയും പെട്ടെന്ന് വിമതരെ ഭരണം ഏൽപിക്കണമെന്ന് അമേരിക്ക. വിധേയത്വ ഭരണകൂടം സിറിയയിൽ വേണമെന്ന് അമേരിക്കയും റഷ്യയും ഒരേപോലെ ആഗ്രഹിക്കുന്നു. അതേസമയം, ഇസ്‌ലാമിക് സ്റ്റേറ്റിനെ അടിച്ചമർത്തണമെന്നതിൽ ആർക്കും തർക്കമില്ല. പക്ഷേ, നാലു വർഷത്തിനകം ലോകത്തെ ഏറ്റവും സാമ്പത്തികശേഷിയും ശൃംഖലകളുമുള്ള ഭീകര സംഘ ടനയായി ഐ.എസ്. മാറി. അതുകൊണ്ടുതന്നെ, അവരെ നിശ്ശേഷം തകർക്കാൻ എളുപ്പം കഴിയില്ല.

ഐ.എസ്. മ്യൂണിക്കിൽ അടക്കം ആക്രമണ പദ്ധതികൾ തയ്യാ റാക്കി. ഇതെത്തുടർന്ന് രണ്ട് റെയിൽവേ സ്റ്റേഷനുകൾ ജർമനി അട ച്ചിട്ടു. ചാവേറാക്രമണങ്ങളാണ് ഐ.എസ്. തയ്യാറാക്കുന്നത്. 2014 സെപ്തംബറിൽ ബാഗ്ദാദിലെ വാണിജ്യകേന്ദ്രത്തിൽ രണ്ട് സ്ഫോടന ങ്ങളിലായി 21 പേർ കൊല്ലപ്പെട്ടിരുന്നു. അതിന്റെ തുടർച്ച ഏവരേയും ഭീതിപ്പെടുത്തുന്നു.

ഇറാഖ്, സിറിയ എന്നീ രാജ്യങ്ങൾ ചേർത്ത് ഐ.എസ്. സാമ്രാജ്യം സ്ഥാപിക്കാമെന്നാണ് ഭീകരവാദി നേതാവ് അബൂബക്കർ ബഗ്ദാദി വ്യാമോഹിച്ചത്. അതിന് എതിര് നിൽക്കുന്നവരെയെല്ലാം നശിപ്പി ക്കുകയാണ് പദ്ധതി. പക്ഷേ, ഇറാഖിലും സിറിയയിലും ഐ.എസ്സിന് വൻതിരിച്ചടിയാണ് നേരിട്ടത്. ശക്തികേന്ദ്രമായ, ഇറാഖിലെ റമാദി യിൽനിന്ന് അവർ ആട്ടിയോടിക്കപ്പെട്ടു. മറ്റൊരു പ്രവിശ്യയായ

മൊസൂളിൽ '30,000 യോദ്ധാക്കൾ' ഉണ്ടെന്നായിരുന്നു ഐ.എസ്സിന്റെ അവകാശവാദം. സഖ്യസേനയുടെ അടുത്ത ലക്ഷ്യം മൊസൂളായി. ഈ പ്രദേശത്ത് കനത്ത ബോംബാക്രമണങ്ങൾ നടന്നു. ആയിരക്കണക്കിന് നിരപരാധികളെയും ബാധിച്ചു. അതുകൊണ്ടുതന്നെ പലായനങ്ങൾ അടുത്തകാലത്തൊന്നും അവസാനിക്കില്ല.

സിറിയയിൽ നാലുവർഷത്തിനകം, 43 ലക്ഷം പേർ അഭയാർത്ഥികളായി. ഇതിൽ പകുതിയോളം കുട്ടികൾ. അവർക്ക് വിദ്യാഭ്യാസമോ പോഷകാഹാരങ്ങളോ ലഭിക്കുന്നില്ല. സാതരിയിലും അസ്റാഖിലുമായി 78 ശതമാനം സ്ത്രീകളും കുട്ടികളുമാണ്.

അഭയാർത്ഥികളെ സ്വീകരിക്കുന്നതിൽ ഒരു മടിയും കാട്ടാത്ത രാജ്യമാണ് ജർമ്മനി. അഭയാർത്ഥികളുടെ കൂട്ടത്തിൽ ഭീകരവാദികൾ ഉണ്ടാകാമെന്ന അമേരിക്കൻ മുന്നറിയിപ്പ് ജർമൻ ചാൻസ്ലർ ആഞ്ജൽ മെർക്കലിനെ പിന്തിരിപ്പിച്ചില്ല. അഭയാർത്ഥികളെ സംരക്ഷിക്കേണ്ടത് ഉത്തരവാദിത്തമാണെന്നും മാനുഷികത പ്രകടിപ്പിക്കാനുള്ള അവസരമായി കാണണമെന്നും പുതുവത്സര സന്ദേശത്തിൽ അവർ പറഞ്ഞു.

''സാമ്പത്തികവും സാമൂഹികവുമായ ഭാരം കണക്കിലെടുക്കരുത്. വെല്ലുവിളികളിലൂടെ കടന്നുപോകുമ്പോഴും മനുഷ്യത്വം കൈവിടരുത്.'' ആഞ്ജൽ മെർക്കൽ ഓർമിപ്പിച്ചു. അവരെ ടൈം മാഗസിൻ വാർഷിക വ്യക്തിത്വമായി തിരഞ്ഞെടുത്തിരുന്നു.

ഇറാഖിലും സിറിയയിലും മനുഷ്യർ മാത്രമല്ല, ഉന്മൂലനം ചെയ്യപ്പെട്ടത്; പൗരാണിക ചരിത്ര ശേഷിപ്പുകളുമാണ്. ഇറാഖിലെ മൊസൂളിൽ ലോകപ്രശസ്തമായ സിറ്റി മ്യൂസിയം ഇസ്‌ലാമിക് സ്റ്റേറ്റ് (ദായിഷ്) ഭീകരവാദികൾ തകർത്തു. ആയിരക്കണക്കിന് വർഷം പഴക്കമുള്ള നിരവധി വസ്തുക്കൾ ഇവിടെ ഉണ്ടായിരുന്നു. ഇത് വിഗ്രഹങ്ങളാണെന്നായിരുന്നു തകർക്കാനുള്ള ന്യായം.

ക്രിസ്തുവിനുമുമ്പ് ഏഴാം നൂറ്റാണ്ടിൽ സ്ഥാപിതമായ 'ചിറകുള്ള കാള'യുടെ പ്രതിമ തകർക്കപ്പെട്ടവയിൽ ഉൾപ്പെടും. ഇറാഖിലും സിറിയയിലും ന്യൂനപക്ഷമായ അസീറിയക്കാർ പണ്ട് കാലത്ത് ആരാധിച്ചിരുന്ന പ്രതിമയാണിത്.

ഇപ്പോൾ ആരും ആരാധിക്കുന്നില്ല. എന്നാൽ പ്രതിമകൾ ഒന്നും പാടില്ലെന്നാണ് ദായിഷിന്റെ നിലപാട്. ദായിഷുകൾ അഴിഞ്ഞാടുന്ന നിനവെ ഗവർണറേറ്റിന് കീഴിലുള്ളതാണ് മൊസൂൾ. ബഗ്ദാദിൽ നിന്ന് ഏറെ അകലെ സിറിയയുടെ അതിർത്തിയിൽ ടൈഗ്രിസ് നദീതീരത്താണ്. സദ്ദാം ഹുസൈന്റെ ഭരണകാലത്ത് ഇവിടെ അറബികളും അസീറിയക്കാരും കുർദുകളും ഏകോദരസഹോദരരെപ്പോലെ കഴിഞ്ഞിരുന്നതാണ്. അസീറിയക്കാർ, ക്രിസ്ത്യൻ ന്യൂനപക്ഷ വിഭാഗമാണെങ്കിലും സദ്ദാം ഇവരെ സംരക്ഷിച്ചിരുന്നു. അതുകൊണ്ടുതന്നെ

അമേരിക്ക സദ്ദാമിനെതിരെ നീക്കം നടത്തിയപ്പോഴും അസീറിയക്കാർ സദ്ദാമിന്റെ കൂടെ നിന്നു. മൊസൂളിൽ നിന്നുള്ള താരിഖ് അസീസ് എന്ന ക്രിസ്ത്യാനിയെ ഉപപ്രധാനമന്ത്രിയാക്കി സദ്ദാം നന്ദി അറിയിച്ചു.

അമേരിക്കൻ ആക്രമണത്തിൽനിന്ന് രക്ഷനേടാൻ സദ്ദാം ഹുസൈന്റെ മക്കളായ ഉദയും ഖുസൈയും അഭയം തേടിയത് മൊസൂളിലാണ്. അസീറിയക്കാരാണ് അവരെ കുറേക്കാലം സംരക്ഷിച്ചത്. 2003 ഏപ്രിൽ 11ന് അമേരിക്കയും സഖ്യകക്ഷികളും മൊസൂൾ കീഴടക്കി. അതിനുശേഷം ഇവിടെയുള്ള ജനത സമാധാനം എന്തെന്നറിഞ്ഞിട്ടില്ല. ഇവിടത്തെ മുസ്‌ലീംകളെയും അസീറിയക്കാരെയും കുർദുകളെയും തമ്മിലടിപ്പിച്ചത് അമേരിക്കൻ രഹസ്യാന്വേഷണ വിഭാഗമാണ്. 2004 ജൂൺ 24ന് ഇവിടെ കാർബോംബ് സ്ഫോടനത്തിൽ 62 പേർ കൊല്ലപ്പെട്ടു. ഇതേവർഷം ഡിസം 21ന് ചാവേർ ആക്രമണത്തിൽ 72 പേർ കൊല്ലപ്പെട്ടു. ആർമി ഓഫ് അൻസാർ അൽ സുന്നയാണ് സ്ഫോടനങ്ങൾക്ക് പിന്നിലെന്ന് അമേരിക്ക ആരോപിച്ചു. ഇവർ അമേരിക്കയുടെ സൃഷ്ടിയാണെന്ന് പിന്നീട് ആരോപണമുണ്ടായി. അൻസാർ അൽ സുന്നക്കെതിരെ ശിയാക്കളും കുർദുകളും ആയുധമേന്തി.

2008ൽ ഇവിടെ നിന്ന് 12,000ഓളം അസീറിയക്കാർ പലായനം ചെയ്തു. കുർദുകളും ധാരാളമായി വധിക്കപ്പെട്ടു. 2014 ജൂണിൽ ദായിഷ് ഭീകരവാദികൾ മൊസൂളിന്റെ നിയന്ത്രണം ഏറ്റെടുത്തു. അടുത്തമാസം തന്നെ ഇവിടെയുള്ള പൗരാണിക മസ്ജിദ് (യൂനുസ് പ്രവാചകന്റെ മസ്ജിദ്) തകർത്തു. നഗരത്തിലുള്ള ലൈബ്രറി തകർത്തതാണ് ഏറ്റവും ഖേദകരം. 1.12 ലക്ഷം ഗ്രന്ഥങ്ങളും കൈയെഴുത്തു പ്രതികളും ഭൂപടങ്ങളും നശിപ്പിക്കപ്പെട്ടു. 2015 ഫെബ്രുവരി 15നായിരുന്നു ക്രൂരകൃത്യം.

മൊസൂളിൽനിന്ന് ഏറെ അകലെയല്ല, സിറിയയിലെ അൽ ഹസാക ഗവർണറേറ്റ്. ഇവിടെ നിന്ന് നിരവധി അസീറിയക്കാരെ ദായിഷ് ഭീകരവാദികൾ തട്ടിക്കൊണ്ടുപോയി. 220 പേരെ കാണാതായെന്ന് അസീറിയൻ സായുധവിഭാഗം പറയുന്നു. ഈ പ്രദേശം ക്രിസ്തുവിന് 600 വർഷം മുമ്പുവരെ അസീറിയക്കാരുടെ ആധിപത്യത്തിലായിരുന്നു. യേശുക്രിസ്തു സംസാരിച്ചിരുന്നത് അസീറിയക്കാരുടെ ഭാഷയായ അരാമൈക്കിലാണ്. ക്രിസ്തുമതത്തിന്റെ വ്യാപനത്തോടെ അസീറിയക്കാർക്ക് 'സ്വത്വം' നഷ്ടപ്പെട്ടു. ഇസ്‌ലാം മതത്തിന്റെ ആവിർഭാവത്തിനുശേഷം അസീറിയക്കാർ പ്രത്യേക വിഭാഗമായി മാറി. ഇവരെ നശിപ്പിക്കാൻ അർമീനിയക്കാർ 1914ൽ ശ്രമിച്ചതാണ്. അന്ന് അഞ്ചു ലക്ഷം പേരാണ് കൊല്ലപ്പെട്ടത്. എന്നാൽ, 1970ൽ ലഫ്. ജനറൽ ഹാഫിസ് അൽ അസദ് സിറിയയിൽ അധികാരമേറ്റപ്പോൾ സുന്നികൾക്കും അസീറിയക്കാർക്കും മറ്റും ആശ്വാസമായി.

ഇസ്രായേലുമായിട്ടായിരുന്നു ഹാഫിസ് അൽ അസദിന്റെ കൊമ്പു കോർക്കൽ. മാത്രമല്ല, തീവ്രവിഭാഗമായ മുസ്‌ലിം ബ്രദർഹുഡിനെതിരെ കർശന നടപടികൾ സ്വീകരിച്ചു. ഇതൊക്കെക്കൊണ്ട് അസീറിയക്കാർ രക്ഷപ്പെട്ടു.

2000ൽ മകൻ ബശാർ അൽ അസദ് അധികാരമേറ്റപ്പോഴും അസീറിയക്കാർ സുരക്ഷിതരായിരുന്നു. സിറിയയിൽ ക്രിസ്ത്യൻ ന്യൂനപക്ഷവിഭാഗം 20 ലക്ഷം ആയിരുന്നെങ്കിൽ അസീറിയക്കാർ അര ലക്ഷം മാത്രമായി ചുരുങ്ങിയിരുന്നു. ഇവരെയാണ് ദായിഷ് നശിപ്പിക്കാൻ ശ്രമിക്കുന്നത്.

ഏതാനും മാസംമുമ്പ് യസീദികൾക്കു നേരെ ഇറാഖിൽ നടത്തിയ ആക്രമണത്തിന്റെ ചുവടുപിടിച്ചാണ് ദായിഷ് ഭീകരർ സിറിയയിലെ അസീറിയക്കാരുടെ നേരെ തിരിഞ്ഞിരിക്കുന്നത്. തട്ടിക്കൊണ്ടുപോകപ്പെട്ട 200 ഓളം അസീറിയക്കാരെ വധിക്കുമെന്നാണ് കരുതുന്നത്. ലിബിയയിൽ ഈജിപ്ഷ്യൻ ക്രിസ്ത്യാനികളെ കൂട്ടക്കൊല നടത്തിയത് ഓർക്കുക.

ഇറാഖിലും സിറിയയിലും ആക്രമണം നടത്താൻ ധാരാളം പാശ്ചാത്യർ എത്തുന്നുവെന്നും ഇവരിൽ നിന്നാണ് വിവരങ്ങൾ ലഭ്യമാകുന്നതെന്നും വാർത്താ ഏജൻസികൾ സൂചിപ്പിച്ചു. ദായിഷിനൊപ്പം ചേർന്നവരും ദായിഷിനെ തകർക്കാൻ കുർദ്, ക്രിസ്ത്യൻ സായുധവിഭാഗങ്ങൾക്കൊപ്പം ചേർന്നവരും ഇറാഖിലെയും സിറിയയിലെയും ആഭ്യന്തരസംഘർഷങ്ങളെ സങ്കീർണമാക്കുകയായിരുന്നു. ഇവരിൽ പലരും കൊള്ള നടത്താനാണ് ഇരു രാജ്യങ്ങളിലേക്കും നുഴഞ്ഞുകയറിയത്. ഇവരാണ് ചരിത്രസ്മാരകങ്ങൾ ലക്ഷ്യംവെക്കുന്നതിൽ ഒരു വിഭാഗം. ആക്രമണ പ്രത്യാക്രമണങ്ങൾ ഭയന്ന് ആളുകൾ പലായനം ചെയ്ത, ഗ്രാമങ്ങളിലെ വിജനത മുതലെടുത്ത് ട്രക്കുകളിൽ വിലപിടിപ്പുള്ളവ കടത്തിക്കൊണ്ടുപോവുകയായിരുന്നു. ഇവ, പാശ്ചാത്യ കരിഞ്ചന്തകളിലാണ് എത്തുക. ഇത്തരം ചരിത്രശേഷിപ്പുകളെ വൻവിലകൊടുത്ത് സ്വന്തമാക്കാൻ ആളുകളുണ്ട്. പുരാതന മെസോപ്പൊട്ടോമിയൻ പ്രതിമകൾ, മൊസൂളിലും ഹസാകയിലും ധാരാളമാണ്. ഇവ കൊള്ളക്കാരുടെ കൈകളിലെത്തിച്ചാൽ നല്ല വില ലഭിക്കുമെന്നത് ദായിഷ് ഭീകരവാദികളെയും ആവേശം കൊള്ളിച്ചു. എണ്ണക്കിണറുകൾ കൈക്കലാക്കി എണ്ണ വിൽക്കുന്നതുപോലെ പുരാതന സംസ്കാരത്തിന്റെ ബാക്കിപത്രങ്ങളും കറുത്ത കമ്പോളത്തിലേക്ക്.

ദായിഷ് ഭീകരവാദികൾ കൊലപ്പെടുത്തുന്നവരുടെ ആന്തരാവയവങ്ങളും പാശ്ചാത്യ നാടുകളിലേക്ക് കടത്തി. സിറിയയിലെ വൃക്കകൾക്ക് ആവശ്യക്കാരേറെ ഉണ്ടായിരുന്നു.

■

പിശാചുക്കളുടെ ഭീകരസംഘം

"വിശുദ്ധ ഖുർആൻ മനുഷ്യ സമൂഹത്തോട് അനുകമ്പ ഉദ്ഘോഷിക്കുന്നു. അതേ സമയം, ഐസിൽ മനുഷ്യത്വത്തിന് വെല്ലുവിളി തീർക്കുന്നു. ക്രൂരതയുടെ അനന്തശേഷി ഐസിലിനുണ്ട്. അത് ഞങ്ങൾ തിരിച്ചറിയുന്നു. പക്ഷേ, ഐസിലിനെ ഉൻമൂലനം ചെയ്യാതെ വിശ്രമമില്ല''- ജോർദാൻ ഭരണാധികാരി അബ്ദുല്ല രാജാവ് ഉറപ്പിച്ചു പറഞ്ഞു.

ഏതവസ്ഥയിലും മനുഷ്യശരീരത്തെ കത്തിക്കരുതെന്ന് പ്രവാചകശ്രേഷ്ഠൻ പറഞ്ഞിട്ടുണ്ട്. അത് തിരിച്ചറിയാത്തവർക്ക് ഇസ്‌ലാമിൽ സ്ഥാനമില്ല- അബ്ദുല്ല രാജാവ് ഓർമിപ്പിച്ചു. ചാവേറുകളുടെ മുഖ്യപ്രവർത്തനതന്ത്രമായ സ്വയം കത്തിക്കരിയൽ ഇതിന് തീർത്തും കടകവിരുദ്ധമാണെന്ന് പറയേണ്ടതില്ലല്ലോ.

ജോർദാൻ പൈലറ്റ് മുആദിനെ തീകൊളുത്തി കൊലപ്പെടുത്തിയത്, മധ്യപൗരസ്ത്യദേശത്ത് വ്യാപക രോഷപ്രകടനങ്ങൾക്ക് കാരണമായി. ഐസിലിനോട് അനുതാപം കാണിച്ചവർ പോലും മാറിച്ചിന്തിച്ചു. അതുകൊണ്ടുതന്നെ ഐസിലിന് ഇനി പിടിച്ചുനിൽക്കുക പ്രയാസമായി.

തുടക്കത്തിൽ ഐസിലിനെ നിശ്ശബ്ദം പ്രോത്സാഹിപ്പിച്ച രാജ്യങ്ങളും സംഘടനകളുമുണ്ട്. സിറിയയിൽ പ്രസിഡന്റ് ബശാർ അൽ അസദിനെ താഴെയിറക്കാൻ ഐസിലിന് ആയുധങ്ങൾ നൽകിയവരിൽ അമേരിക്ക ഉണ്ടായിരുന്നു. ഇപ്പോൾ, അമേരിക്കയും സഊദി അറേബ്യയും ജോർദാനുമാണ് ഐസിലിനെ ഉൻമൂലനം ചെയ്യാൻ മുൻപന്തിയിൽ.

മധ്യപൗരസ്ത്യദേശം മുഴുവൻ ഐസിലിനെതിരെ തിരിഞ്ഞിരിക്കുന്നു. ഐസിൽ ഇസ്‌ലാമിന്റെ സംസ്ഥാപനത്തിനാണ് പോരാടുന്നതെന്ന് വിശകലനം ചെയ്തിരുന്ന ജോർദാനിലെ സലഫിസ്റ്റ് നേതാവ് അബൂസയ്യാഫ് അടക്കം പലരും മാറിചിന്തിച്ചു.

രണ്ടാമത്തെ വലിയ പാതകമായാണ് അബൂസയ്യാഫ് മുആദ് അൽ കസസ്ബിയുടെ കൊലപാതകത്തെ വിലയിരുത്തുന്നത്. ഇസ്‌ലാം മതം സ്വീകരിച്ച അമേരിക്കൻ സന്നദ്ധസേവകൻ പീറ്റർ കസിഗിനെ നേരത്തെ വധിച്ചിരുന്നു. അന്ന്, അത് ഐെസിലിന്റെ ഒരു കൈപിഴ യാണെന്ന് അബൂസയ്യാഫ് സമാധാനിച്ചു. ഇന്ന് അദ്ദേഹം ഐെസി ലിനെ പൂർണമായും കൈയൊഴിഞ്ഞിരിക്കുന്നു.

ഈജിപ്തിലെ അൽ അസ്ഹർ ഗ്രാന്റ് ഇമാം അഹ്മദ് അൽ ത്വയിബ് നേരത്തെതന്നെ ഐെസിലിനെ എതിർത്തിരുന്ന പണ്ഡിത നാണ്. അദ്ദേഹം കടുത്ത ഭാഷയിലാണ് ഐെസിലിനെ വിമർശിച്ചിരി ക്കുന്നത്. പിശാചുക്കളുടെ ഭീകരസംഘടനയായി ഐെസിൽ മാറി യെന്ന് അഹ്മദ് അൽ ത്വയിബ് കുറ്റപ്പെടുത്തി. ഇത്തരം വാക്കുകൾ മധ്യപൗരസ്ത്യദേശത്തെ സമാധാനസ്നേഹികളിൽ വലിയ പ്രതീ ക്ഷയും ആത്മവിശ്വാസവും പകർന്നു. ഇസ്‌ലാമിക തനിമയിലേക്ക് സമൂഹം പൂർണമായും ചെന്നെത്തുമെന്നാണ് ഏവരും കരുതുന്നത്. മനുഷ്യനെ കത്തിക്കുക എന്നത് ഏറ്റവും വലിയ പാപമാണെന്ന് സഊദി അറേബ്യൻ പണ്ഡിതൻ സൽമാൻ അൽ ഹുദാ ചൂണ്ടിക്കാട്ടി.

ഇറാഖ്, സിറിയ എന്നിവിടങ്ങളിൽ ഐെസിൽ എണ്ണമറ്റ പൈശാ ചികത പ്രദർശിപ്പിച്ചുവെന്നാണ് മനസ്സിലാകുന്നത്. ഇറാഖിലെ സിഞ്ജാറിൽ ആളുകളെ കൂട്ടത്തോടെ വധിച്ചശേഷം മറവുചെയ്യാതെ കടന്നുകളഞ്ഞത് കടുത്ത പ്രതിഷേധമാണ് ഉളവാക്കിയത്. ഇറാ ഖിലെ ന്യൂനപക്ഷ വിഭാഗമായ യസീദികളാണ് ഇരകൾ. 'ഇറാഖ് ആന്റ് ദി ലിവാന്ത്' രാജ്യം സ്ഥാപിക്കുന്നതിനുള്ള തേരോട്ടത്തിൽ വഴിയിൽ കാണുന്നതിനെയൊക്കെ നശിപ്പിക്കുക എന്നതായിരുന്നു ഐെസിലിന്റെ രീതി.

ഇസ്‌ലാമിക് സ്റ്റേറ്റ് ഓഫ് ഇറാഖ് ആന്റ് ദി ലിവാന്ത് എന്നാൽ 'അദ്ദൗല അൽ ഇസ്‌ലാമിയ ഫി അൽ ഇറാഖ് വൽ ശംസ്.' പണ്ടു കാലത്ത് സിറിയയും പരിസരപ്രദേശങ്ങളും അറിയപ്പെട്ടിരുന്നത് ശംസ് എന്നപേരിലാണ്. ഇറാഖും ശംസും ചേർന്നുള്ള സാമ്രാജ്യ മായിരുന്നു ഐെസിലിന്റെ ലക്ഷ്യം.

1999ൽ ഇറാഖിൽ 'ജമാഅത്ത് തൗഹീദ് വൽ ജിഹാദ്' എന്ന ആശയത്തിന്റെ വികസിതരൂപമാണ് ഐെസിൽ. അൽഖയ്ദയുടെ ആശയപ്രചാരണം ഒരു ഘട്ടത്തിൽ 'ജമാഅത്ത്' ഏറ്റെടുത്തിരുന്നെ ങ്കിലും 2004ൽ രണ്ടു വഴിക്കായി. 2006ൽ മുജാഹിദീൻ ശൂറാ കൗൺ സിലുമായി ചേർന്ന് ഇസ്‌ലാമിക് സ്റ്റേറ്റ് സംസ്ഥാപനത്തിന് വേണ്ടി ഒളിയുദ്ധം തുടങ്ങാൻ ഇവർ തീരുമാനിച്ചു. ജോർദാനിലെ സലഫിസ്റ്റ് അബു മുസാബ് അൽ സർഖാവിയാണ് മുന്നിട്ടിറങ്ങിയത്. സിറിയയിൽ

ആഭ്യന്തരക്കുഴപ്പം മൂർച്ഛിച്ചപ്പോൾ ബശാർ അൽ അസദിനെതിരെയുള്ള നീക്കത്തിനു ചുക്കാൻ പിടിച്ചു. ബശാർ അൽ അസദിനെതിരെ സായുധ പോരാട്ടം തുടങ്ങിയ അൽ നുസ്റയുമായി ചില സ്ഥലങ്ങളിൽ കൈകോർത്തു. ചില സ്ഥലങ്ങളിൽ പരസ്പരം ഏറ്റുമുട്ടി.

2013 ഏപ്രിലിലാണ് ഐസിലിന്റെ പ്രഖ്യാപനം വന്നത്. അബൂക്കർ അൽ ബഗ്ദാദിയെ നേതാവായി തിരഞ്ഞെടുത്തു. ശിയാ വിരുദ്ധവികാരം ഇളക്കിവിട്ടാണ് ചില സ്ഥലങ്ങളിൽ ആധിപത്യം സ്ഥാപിച്ചത്. ഐസിലുകാർക്ക് പക്ഷേ സദ്ദാം ഹുസൈനോട് ആദരവുണ്ടായിരുന്നില്ല. 'സമൂഹമേ, പ്രഭാതം വിടരുകയാണ്' എന്ന് ഉദ്ഘോഷിച്ച് ഇന്റർനെറ്റ് വഴി വ്യാപക പ്രചാരണം നടത്തിയാണ് യുവാക്കളെ ആകർഷിച്ചത്. പശ്ചാത്യരാജ്യങ്ങളിൽ നിന്നുപോലും 'ജിഹാദി'കൾ സിറിയയിലും ഇറാഖിലുമെത്തി ഐസിലിനൊപ്പം ആയുധമെടുത്തു.

ഇതിനിടെ പാക്കിസ്ഥാനിലേക്കും പ്രവർത്തനം വ്യാപിപ്പിച്ചു. താലിബാനുമായി ചേർന്നാണിത്. ഇന്ത്യയ്ക്കും ഈ വ്യാപനം ഭീഷണി സൃഷ്ടിച്ചു. ഐസിലിൽ ചേരാൻ ചിലർ സിറിയയിലെത്തിയിരുന്നുവെന്ന് ഇന്ത്യൻ ഇന്റലിജൻസ് റിപ്പോർട്ട് ചെയ്തു. ആക്രമണോത്സുകതയോടുള്ള ആവേശമോ സാമ്രാജ്യത്വവിരോധമോ ആകാം കാരണം. പക്ഷേ, ആപത്തിലേക്കാണ് അവർ നടന്നുനീങ്ങിയത്. പൈശാചികതയിലേക്കും.

■

യെമനിലെ പ്രച്ഛന്നവിപ്ലവം

സർവ്വനാശത്തിന്റെ വഴിയിൽ ഫലസ്തീനും ഇറാഖിനും സിറിയയ്ക്കും പിന്നാലെ യെമൻകൂടി എത്തിയിരിക്കുന്നു. ശിയാ വിഭാഗത്തിലെ സായുധരായ ഹൂത്തികളും ഭരണാധികാരി അബ്ദുറബ് മൻസൂർ ഹാദിയുടെ സുരക്ഷാവിഭാഗവും തമ്മിൽ പരസ്പരം പോരടിക്കുന്നത് രൂക്ഷമായിരിക്കുന്നു. ആഭ്യന്തരയുദ്ധം അവസാനിപ്പിക്കാൻ സഊദി അറേബ്യയുടെ നേതൃത്വത്തിൽ സഖ്യസേന രംഗത്തിറങ്ങിയിട്ടുണ്ട്. എന്നാൽ സഖ്യസേനയുടെ നീക്കത്തിനെതിരെ ശിയാ ഭൂരിപക്ഷ രാജ്യങ്ങളായ ഇറാനും സിറിയയും ലെബനാനിലെ ഹിസ്ബുല്ലയും ഒറ്റക്കെട്ടായത് മറ്റൊരു ആപത്തിലേക്കാണ് കൊണ്ടെത്തിക്കുക. ഗൾഫ് രാജ്യങ്ങൾക്കും ഇറാനും ഇടയിലെ സംശയങ്ങളും ശീതയുദ്ധവും ഒന്നുകൂടി ശക്തിപ്പെടും. ഇതിനെ അമേരിക്കയും ഇസ്രായേലും മുതലെടുക്കാൻ ശ്രമിക്കും. അതോടെ, ഫലസ്തീൻ പ്രശ്നത്തെ രാജ്യാന്തരസമൂഹം കൈയൊഴിയും.

മുല്ലപ്പൂ വിപ്ലവത്തിന്റെ സമയത്താണ് യെമനിലും കുഴപ്പങ്ങൾ തുടങ്ങിയത്. നാലുവർഷം മുമ്പാണത്. പ്രസിഡന്റ് അലി അബ്ദുല്ല സ്വാലിഹിനെ പുറത്താക്കുകയായിരുന്നു വിപ്ലവകാരികളുടെ ലക്ഷ്യം. എന്നാൽ, അലി അബ്ദുല്ല സ്വാലിഹ്, വൈസ് പ്രസിഡന്റ് മൻസൂർ ഹാദിയെ ഭരണമേൽപ്പിച്ച് സഊദി അറേബ്യയിലേക്ക് പലായനം ചെയ്തു. ഇതിനിടയിൽ അൽഖയ്ദയും മുസ്‌ലിം ബ്രദർഹുഡും എരിതീയിൽ എണ്ണ ഒഴിക്കുന്ന സമീപനം സ്വീകരിച്ചു. ഹൂത്തികൾക്കിടയിൽ നുഴഞ്ഞുകയറി തീവ്രവാദ അജണ്ടകൾ നടപ്പാക്കി.

യെമൻ തലസ്ഥാനമായ സന ഹൂത്തികളുടെ കൈയിലായി. പതുക്കെ, അവർ സ്വാധീനം മറ്റുമേഖലകളിലേക്കും വ്യാപിപ്പിച്ചു. എതിർപ്പു പ്രകടിപ്പിച്ച ഗോത്രവിഭാഗങ്ങളെ കൂട്ടക്കൊല ചെയ്തു.

സനയെ മോചിപ്പിക്കാൻ സൈന്യം കൂടുതൽ സന്നാഹങ്ങളുമായി ആക്രമണം തുടങ്ങി. പക്ഷേ, ഹൂത്തികൾക്ക് പല ഭാഗത്തുനിന്നും ആയുധങ്ങൾ ലഭ്യമായിരുന്നു. ഹൂത്തികളുമായി ഭരണകൂടം ചർച്ചയ്ക്ക് തയ്യാറായിരുന്നു. പ്രധാനമന്ത്രി ഖാലിദ് ബഹാഹ് ഹൂത്തി

നേതാക്കളുമായി ഒരു വട്ടം ചർച്ച നടത്തിയതുമാണ്. പക്ഷേ, ഹൂത്തികളെ ഉത്തേജിപ്പിക്കാൻ ബാഹ്യശക്തികളുണ്ടായിരുന്നു. ആക്രമണം പിന്നേയും തുടർന്നു. യെമനിലെ സംഘർഷം അയൽരാജ്യമായ സഊദി അറേബ്യയുടെ ഉറക്കം കെടുത്തുന്നുണ്ട്. അതിർത്തിയിൽ ഹൂത്തിസായുധർ നുഴഞ്ഞുകയറി, ഗൂഢനീക്കങ്ങൾ നടത്തുന്നു. അതാണ് സഊദിയെ പ്രകോപിപ്പിച്ചത്. സഊദി സൈന്യം വ്യോമാക്രമണത്തിന് ഇറങ്ങിപ്പുറപ്പെട്ടു.

യെമനിൽ ഹൂത്തി കേന്ദ്രങ്ങൾക്കു നേരെ വ്യോമാക്രമണമല്ലാതെ മറ്റൊരു വഴിയും സഊദി കാണുന്നില്ല. സഊദിക്കൊപ്പം യു.എ.ഇ., ബഹ്റൈൻ, ഖത്തർ, ജോർദാൻ, കുവൈത്ത്, ഈജിപ്ത്, സുഡാൻ, മൊറോക്കോ, പാക്കിസ്ഥാൻ തുടങ്ങിയ രാജ്യങ്ങൾ ചേർന്നു.

വൻദുരന്തത്തിലേക്കാണ് മധ്യപൗരസ്ത്യദേശം കൂപ്പുകുത്തുന്നതെന്ന് ഡെയിലി മെയിൽ പത്രം അടക്കം മിക്ക മാധ്യമങ്ങളും വിലയിരുത്തി. ഇറാൻ ഇപ്പോൾ ആണവരാജ്യമാണ്. സഊദിയുമായി കൊമ്പുകോർക്കുന്നത് തുടർന്നാൽ വൻപ്രത്യാഘാതത്തിനിടയാക്കും. സഊദിയുടെ നീക്കത്തിന് അമേരിക്കയും ബ്രിട്ടനും പിന്തുണ പ്രഖ്യാപിച്ചിട്ടുണ്ട്. ഇറാനെ ഇതും ചൊടിപ്പിക്കാൻ പോന്നതാണ്.

നൂറോളം ജെറ്റ്വിമാനങ്ങളും 1.5 ലക്ഷം സൈനികരുമാണ് സഖ്യസേനക്കുവേണ്ടി യെമനിൽ വ്യോമാക്രമണം നടത്തുന്നത്. സനയിലായിരുന്നു ആദ്യ ആക്രമണം. നിരവധി പേർക്ക് പരുക്കേറ്റുവെന്ന് റിപ്പോർട്ടു ചെയ്യപ്പെട്ടു. ഇതിനിടയിൽ ഭരണാധികാരി മൻസൂർ ഹാദിയും സഊദിയിൽ അഭയം പ്രാപിച്ചു. യെമൻ, ഫലത്തിൽ അനാഥം. പർവതങ്ങൾക്കു നടുവിലാണ് സന. ഇന്ത്യക്കാർ അടക്കം ധാരാളം വിദേശികൾ ഇവിടെ ജോലി ചെയ്യുന്നുണ്ടായിരുന്നു. അവർക്ക് രക്ഷപ്പെടാൻ മാർഗമില്ല. സനയിൽ ഏതാണ്ട് 3,500 ഓളം ഇന്ത്യൻ നഴ്സുമാരുണ്ടായിരുന്നു. ഏറെയും മലയാളികൾ. ഇവർ കേന്ദ്ര, സംസ്ഥാന സർക്കാറുകളെ ബന്ധപ്പെട്ടു. ഇന്ത്യക്കാരെ ഒഴിപ്പിക്കാൻ രണ്ടുകപ്പൽ അയച്ചു. കേന്ദ്ര വിദേശകാര്യമന്ത്രി സുഷമാ സ്വരാജ് മുൻകൈയെടുത്തു.

മുമ്പ്, കേന്ദ്രത്തിലെ ജനതാദൾ ഭരണകൂടം ഡൽഹിയിൽ നിന്ന് അമ്മാനിലേക്ക് എയർ ഇന്ത്യാ വിമാനം അയച്ച് ഇന്ത്യക്കാരെ ഒഴിപ്പിച്ചിരുന്നു. അന്ന് വിദേശകാര്യ മന്ത്രി ഐ.കെ. ഗുജ്റാൾ ആയിരുന്നു. യാതൊരു മുൻവിധിയുമില്ലാതെ, ഇറാഖ്, കുവൈത്ത്, ജോർദാൻ, സഊദി അറേബ്യ എന്നീ രാജ്യങ്ങളിലെ മന്ത്രിമാരുമായി സംവദിച്ച ശേഷമായിരുന്നു രക്ഷാപ്രവർത്തനം. അത് പൂർണവിജയം കണ്ടു.

ഇറാഖിൽ ഇസ്ലാമിക് സ്റ്റേറ്റ് (ദായിഷ്) ഭീകരവാദികൾ അഴിഞ്ഞാടിയപ്പോൾ ഇന്ത്യക്കാരെ ഒഴിപ്പിക്കുന്നതിൽ കേന്ദ്രഭരണകൂടം

വിജയം കണ്ടു. വ്യത്യസ്തതലത്തിലെ നയതന്ത്രസമീപനമായിരുന്നു ഫലപ്രദമായത്.

കേരളത്തിലും ഇസ്‌ലാമിക് സ്റ്റേറ്റ് അഥവാ ദായിഷ് പ്രകമ്പനം സൃഷ്ടിച്ചിട്ടുണ്ട്. 'ശുദ്ധമായ' ഇസ്‌ലാമിക ജീവിത വ്യവസ്ഥയെന്ന ആശയം മനസ്സിൽ കൊണ്ടുനടക്കുകയും ഭാരതത്തിൽ അത് സാധ്യമല്ലെന്നു 'തിരിച്ചറിയുകയും' ചെയ്ത കുറേ പേർ ഇതിൽ ആകൃഷ്ടരായി. ഇസ്‌ലാമികമൂല്യങ്ങളെ അവർ തെറ്റായി ധരിച്ചത് മാത്രമല്ല പ്രശ്നം. മാനവികമായ രാഷ്ട്രീയ ബോധ്യമില്ലായ്മ അവരെ പടുകുഴിയിലാഴ്ത്തിയിരുന്നു. 2010നുശേഷം കേരളത്തിൽ പലയിടങ്ങളിലും ഐ.എസ്. റിക്രൂട്ട്മെന്റ് നടന്നു. കണ്ണൂരിൽ 31കാരനായ മിദ്‌ലാജ്, 60കാരനായ ഹംസ എന്നിവർ ദേശീയ അന്വേഷണ സംഘത്തിന്റെ പിടിയിലായി.

പത്ത് വർഷത്തിനിടയിൽ നൂറോളം പേരാണ് അഫ്ഗാനിസ്ഥാനിലും സിറിയയിലും പ്രക്ഷുബ്ധ മേഖലകളിൽ എത്തിപ്പെട്ടത്. മിക്കവരും ഉന്നത വിദ്യാഭ്യാസമുള്ളവരായിരുന്നു. തീവ്രചിന്തകളാണ് ഇവരെ നയിച്ചിരുന്നത്. നാട്ടിൽ ഇവരുടെ കുടുംബങ്ങളുടെ കണ്ണീർ ഇവർ കണക്കിലെടുത്തില്ല. കുടുംബത്തോട് കള്ളം പറഞ്ഞാണ് ഇവർ വിമാനം കയറിയത്. ഇവരിൽ ധാരാളം പേർ മരുഭൂമിയിലോ പർവതനിരകളിലോ വെടിയേറ്റ് മരിച്ചു. ഇവരുടെ ഭാര്യമാർ ഭീകരവാദികളുടെ തടവിലായി. ഐ.എസ്സിന് എഞ്ചിനീയർമാർ, ഡോക്ടർമാർ എന്നിങ്ങനെയുള്ള പ്രഫഷനലുകളെ ആവശ്യമായിരുന്നു. അവർ ഇന്റർനെറ്റിന്റെ സാധ്യതകൾ ഉപയോഗിച്ച് ഇത്തരക്കാരെ മസ്തിഷ്കപ്രക്ഷാളനത്തിനു വിധേയമാക്കുകയായിരുന്നു.

യൂറോപ്പിൽനിന്ന് ഐ.എസ്. കേന്ദ്രങ്ങളിൽ എത്തിയവരും വിദ്യാസമ്പന്നരായിരുന്നു. പക്ഷേ വിവേകം കുറവായിരുന്നു. ഇന്ന് അവരെല്ലാം ഖേദിക്കുന്നു. നാട്ടിൽ തിരിച്ചെത്താൻ വഴി തേടുന്നു. അവർക്ക് ഇനി രക്ഷപ്പെടാൻ സാധ്യമല്ല. ആത്മഹത്യ ചെയ്യുന്നവർ നരകത്തിൽ എത്തിപ്പെടുമെന്നതാണ് മതവിധി. അതിനാൽ ആ വഴി സ്വീകരിക്കാനും പറ്റില്ല. ആയിരക്കണക്കിന് ആളുകൾ ഏറ്റുമുട്ടലുകളിൽ കൊല്ലപ്പെട്ടു. അവരുടെ ശരീരം എവിടെ ജീർണിച്ചുവെന്ന് ആർക്കും അറിയില്ല. അധികാരത്തിനുവേണ്ടി മതത്തെ ഉപയോഗിക്കുന്നുവെന്ന് മനസ്സിലാക്കാതെ കുറേ നിഷ്കളങ്കരും ഈയാംപാറ്റകളെപ്പോലെ മരണത്തിലേക്ക് പതിച്ചു. തികച്ചും സ്ത്രീവിരുദ്ധമാണ് ഐഎസ്സിന്റെ കാഴ്ചപ്പാട് എന്നറിയാമായിരുന്നിട്ടും എന്തിനോ വേണ്ടി കുറേ ചെറുപ്പക്കാരികളും വലയിൽപെട്ടു. അവരിൽ ചിലർ ഇന്നും നരകതുല്യ ജീവിതം നയിക്കുന്നു. മധ്യപൗരസ്ത്യ ദേശ രാഷ്ട്രീയത്തെക്കുറിച്ചെങ്കിലും ഓർമ്മിച്ചിരുന്നുവെങ്കിൽ ഇത്തരമൊരു ദുര്യോഗം അവർക്ക് ഉണ്ടാകുമായിരുന്നില്ല.

മധ്യപൗരസ്ത്യ ദേശത്തിന്റെ രാഷ്ട്രീയം മിക്കപ്പോഴും സംഘർഷ ഭരിതമാണ്. ഒന്നിന് പിറകെ ഒന്നായി ഓരോരോ പ്രശ്നങ്ങൾ. 1948ൽ ഫലസ്തീൻ പ്രദേശത്ത്, ഇസ്രായേൽ രാജ്യത്തെ, അമേരിക്കയും ബ്രിട്ടനും ചേർന്ന് കെട്ടിയേൽപ്പിച്ചതാണ് ആധുനിക കാലത്തെ രക്തച്ചൊരിച്ചിലുകൾക്ക് അടിസ്ഥാനമായത്. അറബ് രാജ്യങ്ങൾക്ക് നടുവിൽ സാംസ്കാരികവും സാമൂഹികവുമായ ഒരു തുരുത്ത് പോലെ ഇസ്രായേൽ നിലകൊണ്ടു.

ജർമ്മനിയിൽ ഹിറ്റ്ലറുടെ കിരാതഭരണത്തിന് കൂടുതൽ ഇരയായ വിഭാഗം എന്നതിനാൽ രാജ്യാന്തര സമൂഹത്തിന്റെ സഹതാപം ഇസ്രായേലികൾക്ക് ധാരാളം ലഭിച്ചു. അമേരിക്കയും ബ്രിട്ടനും ആയുധങ്ങൾ നൽകി. അറബ് രാജ്യങ്ങൾ, വിശേഷിച്ച് ഈജിപ്തും സിറിയയും ഇറാഖും, ആക്രമിക്കാനിടയുണ്ടെന്ന് ഇസ്രായേലിനെ ധരിപ്പിച്ചു. രഹസ്യമായി ആണവായുധങ്ങൾ നൽകി. സൈനികമായി ശക്തിപ്പെട്ടപ്പോൾ ഇസ്രായേൽ സമീപപ്രദേശങ്ങളെല്ലാം പിടിച്ചടക്കാൻ തുടങ്ങി. പലപ്പോഴും ചെറുത്തു നിൽപ്പുകളുണ്ടായി. ആയിരക്കണക്കിനാളുകൾ കൊല്ലപ്പെട്ടു.

ഫലസ്തീൻ പ്രശ്നത്തിന് ശാശ്വത പരിഹാരം കാണാൻ ഗൾഫ് രാജ്യങ്ങൾ ശ്രമിച്ചുകൊണ്ടിരിക്കുന്നു. ഇതിനിടയിലാണ് മേഖലയിൽ പല തരത്തിലുള്ള ഭീകരവാദത്തിന്റെ ഉദയം. ആദ്യം അൽഖയ്ദ. അഫ്ഗാനിസ്ഥാനിൽ പാശ്ചാത്യ അധിനിവേശങ്ങൾക്കെതിരെ എന്ന മട്ടിൽ ഉദയം ചെയ്തതാണ്. ബിൻലാദനും കൂട്ടരും യന്ത്രത്തോക്കുകളും കുഴിബോംബുകളും നൽകി കുറേ പേരെ ലോകത്തിന്റെ പല ഭാഗങ്ങളിലേക്ക് അയച്ചു. ബാലിശവും ക്രൂരവുമായ അത്തരം നീക്കങ്ങൾ മൂലം ഒരു സമുദായമാകെ തെറ്റിദ്ധരിക്കപ്പെട്ടു.

ബിൻലാദൻ കൊല്ലപ്പെട്ടശേഷം അൽഖയ്ദ ദുർബലമായി. അപ്പോഴതാ, ഇറാഖിലും സിറിയയിലും മറ്റും ഐ.എസ്. വരുന്നു. സിറിയയിൽ ബശർ അൽ അസദിന്റെ നേതൃത്വത്തിലുള്ള ഭരണകൂടത്തെ അട്ടിമറിക്കാൻ വേണ്ടിയാണ് ഐ.എസ്. ശ്രമിച്ചുകൊണ്ടിരുന്നത്.

ചില ചരിത്രനഗരങ്ങൾ നാമാവശേഷമായി. ഇതിൽ നിന്നെല്ലാം മുതലെടുക്കാൻ ഇറാൻ തക്കം പാർത്തിരിക്കുകയായിരുന്നു. വിശാല ശിയാ സാമ്രാജ്യം സ്ഥാപിക്കാനുള്ള വെമ്പലിൽ ഇറാഖിലെയും സിറിയയിലെയും ശിയാക്കളെ ഒരേ ചരടിൽ കോർത്തു. ഗൾഫ് രാജ്യങ്ങളിലേക്കായി ഇറാന്റെ പിന്നീടുള്ള നോട്ടം. സഊദിയിലും ബഹ്റൈനിലും പ്രക്ഷോഭസാധ്യതകൾ കണക്കുകൂട്ടി. അതിൽ പരാജയപ്പെട്ടപ്പോൾ യമനിലെ ഹൂതികളെ അണിനിരത്തി.

1990ൽ ഏകീകൃത യമൻ രൂപവത്കൃതമായപ്പോൾ ഗോത്ര സംഹിതയിൽ വിശ്വസിക്കുന്ന ഹൂതികൾക്കിടയിൽ അസ്വസ്ഥകൾ

ഉടലെടുത്തിരുന്നു. അവർക്ക് ഭൂരിപക്ഷമുള്ള സ്ഥലങ്ങളിൽ ഇറാനിൽനിന്ന് ആയുധങ്ങൾ ലഭ്യമായി. സഅദായിലും സൻആയിലും സുന്നികൾക്കെതിരെ ആക്രമണം തുടങ്ങി. 2009 ഒക്ടോബറിൽ ചെങ്കടലിൽ ആയുധം നിറച്ച കപ്പൽ യെമൻ ഭരണകൂടം കണ്ടെത്തി. ഇത് ഇറാനിൽ നിന്നുള്ളതായിരുന്നു.

ഹൂതികൾ അലി അബ്ദുല്ല സാലിഹ് ഭരണകൂടത്തിനെതിരെ തിരിഞ്ഞു. വിമാനത്താവളങ്ങളും തുറമുഖങ്ങളും ആക്രമിച്ചു. എണ്ണ, പ്രകൃതി വാതക സമ്പന്നമായ പ്രദേശങ്ങളും തകർത്തു. സഊദിയുമായി അതിർത്തി പങ്കിടുന്ന രാജ്യമാണ് യെമൻ. ഹൂതി ഡ്രോണുകൾ സഊദിയെയും ലക്ഷ്യമിടാൻ തുടങ്ങി. ഇതിനെതിരെ സഊദി, യു.എ.ഇ. എന്നിങ്ങനെ രാജ്യങ്ങൾ സഖ്യസേന രൂപവത്കരിച്ചു തിരിച്ചടി നടത്തിക്കൊണ്ടിരുന്നു. യെമന്റെ ഉൾഭാഗങ്ങൾ കേന്ദ്രീകരിച്ചാണ് ഹൂതി ഭീകരവാദികൾ കോപ്പു കൂട്ടുന്നത്.

അബ്ദുർറബ്ബ് മൻസൂർ ഹാദിയുടെ നേതൃത്വത്തിലുള്ള ഭരണകൂടത്തിന്റെ ദൗർബല്യങ്ങൾ മുതലെടുത്ത് ഹൂതികൾ ആയുധങ്ങൾ സംഭരിച്ചുകൊണ്ടേയിരിക്കുന്നു. ഏതാനും മാസം മുമ്പ് അബൂദബിയിൽ ഡ്രോൺ ആക്രമണം നടത്തി. ഇതിൽ മൂന്ന് പേർ കൊല്ലപ്പെട്ടു. ഇന്ധന സംഭരണകേന്ദ്രങ്ങൾ, വിമാനത്താവളങ്ങൾ എന്നിവയിലാണ് ഹൂതി ഭീകരവാദികളുടെ കണ്ണ്. മിസൈലുകളും അവരുടെ കൈയിലുണ്ടെന്ന് സംശയിക്കപ്പെടുന്നു. അവരെ ഭീകരവാദപട്ടികയിൽ പെടുത്തണമെന്നാണ് യു.എ.ഇ. ഐക്യരാഷ്ട്രസഭയിൽ ആവശ്യപ്പെടുന്നത്. അൽഖയ്ദ, ഐ.എസ്. ശ്രേണിയിൽ ഹൂതികളും എത്തിയിരിക്കുന്നു. അടിച്ചമർത്തിയില്ലെങ്കിൽ മേഖലയ്ക്കാകെ വൻ ഭീഷണിയാകും. ഏതാനും വർഷത്തിനിടയിൽ യെമനിൽ 20,000ലധികം ആളുകൾ വധിക്കപ്പെട്ടു. യെമന്റെ പല ഭാഗങ്ങളും കൊടുംദാരിദ്ര്യത്തിൽ. സഊദിയും യു.എ.ഇയും സഹായം എത്തിക്കുന്നുവെങ്കിലും വ്യോമ, ജല ഗതാഗത മാർഗങ്ങൾ തടസ്സപ്പെടുന്നതിനാൽ വിതരണം കാര്യക്ഷമമാകുന്നില്ല. കൊവിഡ് പ്രതിരോധ കുത്തിവെപ്പുകൾ എത്തുന്നില്ല. മേഖലയിൽ ശാന്തി ഉണ്ടാകണമെങ്കിൽ ഭീകരവാദികൾ നിരായുധരാകണം. ആയുധങ്ങൾ അവരുടെ കൈകളിൽ എത്തുന്ന വഴികൾ അടയണം. ഇന്ത്യയടക്കം ലോകരാജ്യങ്ങൾ അതിന് മുന്നിട്ടിറങ്ങണം.

യെമനിലും അത്തരത്തിൽ നീക്കം അനിവാര്യമായി. ഏതാണ്ട് 10,000 ഇന്ത്യക്കാരാണ് യെമന്റെ വിവിധ ഭാഗങ്ങളിൽ കുടുങ്ങിക്കിടന്നിരുന്നത്.

■

ഗൾഫ് ബദൽ

ഗൾഫ്‌രാജ്യങ്ങൾ എല്ലാംകൊണ്ടും മാറ്റത്തിന്റെ പാതയിലാണ്. ആഗോളസാമ്പത്തികമാന്ദ്യവും ഭീകരതയും നേരിടണമെങ്കിൽ വ്യത്യസ്ത വഴികളിലൂടെ സഞ്ചരിച്ചേ മതിയാകൂ എന്ന് ഭരണകൂടങ്ങൾക്കെന്ന പോലെ ജനങ്ങൾക്കും തോന്നിത്തുടങ്ങിയിട്ടുണ്ട്. അതുകൊണ്ടു തന്നെ, ഭരണകൂട തീരുമാനങ്ങൾ ജനങ്ങൾ സർവാത്മനാ അംഗീകരിക്കുന്നു. ഭീകരതയ്ക്കെതിരെയുള്ള നീക്കത്തിൽ ഗൾഫ്‌രാജ്യങ്ങൾ ഏറെക്കുറെ വിജയിച്ചിട്ടുണ്ട്. ഇനി സാമ്പത്തികഭദ്രതയാണ്.

ഭീകരതയ്ക്കെതിരെ പൊതുസമൂഹത്തിന്റെ കലവറയില്ലാത്ത പിന്തുണയാണ് ഭരണകൂടത്തിന് ലഭിച്ചത്. തീവ്രവാദ ചിന്തകർ ഒറ്റപ്പെട്ടു. സഊദി അറേബ്യയിൽ, സാമൂഹികതലത്തിൽ പാരമ്പര്യ ഇസ്‌ലാം തിരിച്ചുവരികയാണ്. യമനിൽ, ഹൂതി തീവ്രവാദികൾ പൂർണമായും കീഴടങ്ങിയാൽ മേഖലയിൽ സമാധാനം കുറേക്കൂടി കരുത്താർജിക്കും. സാമ്പത്തിക പരിവർത്തനങ്ങളിലാണ് ഇനി ഊന്നൽ. തദ്ദേശീയർക്ക് മികച്ച ജീവിതോപാധി ഒരുക്കിക്കൊടുത്താൽ, സുസ്ഥിര വികസനം സാധ്യമാക്കിയാൽ, ലോകത്തെ മികച്ച മേഖലയായി മധ്യപൗരസ്ത്യദേശം മാറും.

ആ പ്രയാണത്തിൽ, പക്ഷേ ഗൾഫിന്റെ പ്രധാന വരുമാനസ്രോതസ്സായ എണ്ണയുടെ വിലയിടിവ് വലിയ വെല്ലുവിളിയായി. മൂന്നു വർഷം മുമ്പ് അസംസ്കൃത എണ്ണയ്ക്ക് ബാരലിന് 125 ഡോളർ വരെ ലഭിച്ചിരുന്നു. അതിനുശേഷം കുത്തനെ താണ് 50 ഡോളറായി.

വികസന പ്രവർത്തനങ്ങൾ മുരടിക്കുന്ന അവസ്ഥ സംജാതമായി. ഭരണകൂടത്തിന് വരുമാനം ഇല്ലെങ്കിൽ സമൂഹത്തിൽ അന്തഃഛിദ്രം ഉണ്ടാകും. അപ്പോഴാണ്, ലോക ബേങ്കും മറ്റും മൂല്യവർധിത നികുതി അഥവാ വാറ്റ് നിർദേശം മുന്നോട്ടുവെച്ചത്.

ലോകത്തെ മിക്ക രാജ്യങ്ങളിലും പലതരത്തിലുള്ള നികുതിയുണ്ട്. ഗൾഫ്‌രാജ്യങ്ങൾ അതേകുറിച്ച് ചിന്തിച്ചുപോലുമുണ്ടായിരുന്നില്ല. പക്ഷേ, ആഭ്യന്തരോൽപാദനം കുത്തനെ കുറഞ്ഞതിന് മറുമരുന്നായി

നികുതി കൊണ്ടുവന്നേ മതിയാകൂയെന്നായി. ജനങ്ങളുടെ ആരോഗ്യ ത്തിന് ഹാനികരമായ ഉൽപന്നങ്ങൾക്ക് എക്സൈസ് ഡ്യൂട്ടി ഏർ പ്പെടുത്താൻ ജി.സി.സി. തീരുമാനിക്കുകയും നടപ്പാക്കുകയും ചെയ്തു. പുകയില ഉത്പന്നങ്ങൾക്കും ഊർജദായക പാനീയങ്ങൾക്കും നൂറു ശതമാനവും രാസപാനീയങ്ങൾക്ക് അമ്പത് ശതമാനവും നികുതി ഏർപ്പെടുത്തി. ഇതിലൂടെ ഭരണകൂടത്തിന് വലിയ വരുമാനം ലഭി ക്കുന്നുവെന്ന് മാത്രമല്ല, ആളുകളുടെ ഉപഭോഗം കുറയുകയും ചെയ്തു.

മൂല്യവർധിത നികുതിയിലേക്കു വരാം. ഐസ്‌ലാൻഡ് പോലുള്ള ചെറിയ രാജ്യങ്ങൾപോലും 24 ശതമാനം വാറ്റ് ഏർപ്പെടുത്തിയിട്ടുണ്ട്. അതും മൂന്നു വർഷം മുമ്പ് തന്നെ. ഇന്ത്യയിൽ അൽപം പരിഷ്ക രണം വരുത്തി ജി.എസ്.ടി. നടപ്പാക്കി. 28 ശതമാനം വരെ നികുതി യുണ്ട്. അവശ്യസാധനങ്ങളെ ഒഴിവാക്കിയിട്ടുണ്ടെങ്കിലും ജീവിത ത്തിന്റെ സമസ്ത മേഖലകളെയും ബാധിച്ചിട്ടുണ്ട്. റസ്റ്റോറന്റുകളിൽ 12 ശതമാനം ജി.എസ്.ടി. ഈടാക്കുന്നു. ടെലിഫോൺ, ബേങ്കിംഗ് തുടങ്ങിയ ഇടങ്ങളിൽ 18 ശതമാനം വരെ.

യു.എയിലും സഊദിയിലും മറ്റും അടുത്ത വർഷം ആദ്യം മുതൽ മൂല്യവർധിതനികുതി നിലവിൽ വരും. ചില ഉൽപന്നങ്ങൾക്കും സേവനങ്ങൾക്കും മൂന്നു മുതൽ അഞ്ചുവരെ ശതമാനം നികുതി വരും. ഭക്ഷ്യോൽപന്നങ്ങളെ നികുതിയുടെ പരിധിയിൽനിന്ന് ഒഴിവാ ക്കാൻ തീരുമാനിച്ചിട്ടുണ്ട്. പക്ഷേ, പ്രതിദിനം ശരാശരി ആയിരം ദിർഹത്തിന് മുകളിൽ വിറ്റുവരവുള്ള വാണിജ്യസ്ഥാപനങ്ങൾ വാറ്റിൽ രജിസ്റ്റർ ചെയ്യണമെന്നുള്ളതിനാൽ ഗ്രോസറികളും കഫ്റ്റേരിയകളും മറ്റും അൽപം ആശങ്കയിലാണ്. രജിസ്ട്രേഷൻ നടപടിക്രമങ്ങൾ എന്താണെന്ന് അറിയാത്തതാണ് അടിസ്ഥാനം.

മൊത്തവിതരണക്കാരിലാണ് നികുതിഭാരം ഏറെയും നിക്ഷി പ്തമാകുക എന്നതിനാൽ, ചില്ലറ വിൽപനക്കാർ ആശങ്കപ്പെടേണ്ട തില്ലെന്ന നിഗമനത്തിലാണ് സാമ്പത്തിക വിദഗ്ധർ. ഉപഭോക്താ ക്കൾക്ക് ഉർവ്വശീശാപം ഉപകാരമായേക്കാം. തോന്നിയ പോലെ വില ഈടാക്കാൻ വ്യാപാരികൾക്ക് കഴിയില്ല. എല്ലാത്തിനും സുതാര്യത ഉണ്ടാകും.

ആരോഗ്യം, വിദ്യാഭ്യാസം, സാമൂഹിക സേവനം എന്നീ വിഭാഗ ങ്ങളെ വാറ്റിൽനിന്ന് ഒഴിവാക്കിയിട്ടുണ്ട്.

യു.എ.ഇയ്ക്ക് പ്രതിവർഷം 1,200 കോടി ദിർഹം വരുമാനം നേടി ക്കൊടുക്കുമെന്നാണ് പ്രതീക്ഷ. ആ ധനസമാഹരണം വികസന ഗതിവേഗം കൂട്ടും. ആത്യന്തികമായി ജനങ്ങൾക്കുതന്നെ ഗുണം. ■

ജി.സി.സി.

1981 മെയ് 25നാണ് ഗൾഫ് സഹകരണ കൗൺസിൽ അഥവാ ജി.സി.സി. ഔദ്യോഗികമായി പ്രഖ്യാപിക്കപ്പെട്ടത്. യു.എ.ഇ., സൗദി അറേബ്യ, കുവൈത്ത്, ഖത്തർ, ബഹ്റൈൻ, ഒമാൻ എന്നീ രാജ്യങ്ങളിലെ ഭരണാധികാരികൾ അബുദാബിയിൽ ഒത്തുചേർന്നായിരുന്നു ഇത്. ഇതിനുമുമ്പ് നിരവധി തലങ്ങളിൽ ചർച്ച നടന്നിരുന്നു. രാഷ്ട്രീയവും സാംസ്കാരികവും സാമ്പത്തികവുമായി ഒരേ ദിശയിലുള്ള രാജ്യങ്ങളായിരിക്കെ അന്താരാഷ്ട്രവേദികളിൽ ഒറ്റത്തടിയായി നിൽക്കണമെന്ന് യു.എ.ഇ രാഷ്ട്രപിതാവ് ശൈഖ് സായിദ് ബിൻ സുൽത്താൻ അൽ നഹ്യാൻ അടക്കമുള്ളവർ ആഗ്രഹിച്ചു. അതിന്റെ പരിണിത ഫലമായിരുന്നു ജി.സി.സി. പിന്നീട്, യൂറോമാതൃകയിൽ ഏകീകൃത കറൻസി, പൊതുകമ്പോളം, റെയിൽ പദ്ധതി എന്നിങ്ങനെ നിരവധി സാധ്യതകൾ ഉയർന്ന് വന്നു. എന്നാലും ജി.സി.സി. ഭരണഘടനയുടെ പ്രധാന തത്ത്വം ആർട്ടിക്കിൾ നാലിലുള്ളതാണ്. അംഗരാജ്യങ്ങൾ തമ്മിലും പൗരന്മാർ തമ്മിലും ബന്ധം ശക്തിപ്പെടുത്തുക എന്നതാണത്. സൈനിക സഹകരണത്തിന് രണ്ടാം സ്ഥാനമേയുള്ളൂ.

ഓരോ വർഷവും വ്യത്യസ്ത തലസ്ഥാനങ്ങളിൽ ഉച്ചകോടി നടക്കും. ഓരോ മൂന്നുമാസം കൂടുമ്പോൾ വിദേശകാര്യമന്ത്രിമാർ കൂടിയാലോചന നടത്തും. യമനിൽ ഹൂത്തി തീവ്രവാദം അടിച്ചമർത്താനടക്കം മിക്ക സന്ദർഭങ്ങളിലും ജി.സി.സി. ഒറ്റക്കെട്ടായിരുന്നു. വിവരങ്ങൾ പരസ്പരം കൈമാറാൻ 2004ൽ കരാറിൽ ഏർപ്പെട്ടു. ഏകീകൃത കറൻസി എന്ന ആശയം 2009ൽ അംഗീകരിച്ചു. ജി.സി.സിയുടെ ഭാഗമാകാൻ ഇറാഖ്, ജോർദാൻ, മൊറോക്കൊ, യമൻ രാജ്യങ്ങൾ താൽപര്യം പ്രകടിപ്പിച്ചിരുന്നു. പക്ഷേ, ചർച്ചകൾ പൂർത്തിയായില്ല. ചില കാര്യങ്ങളിൽ അഭിപ്രായ വ്യത്യാസങ്ങൾ ഉണ്ടെങ്കിലും മേഖല സുരക്ഷിതമാക്കാൻ, പുരോഗതി കൈവരിക്കാൻ ഒരേ മനസ്സോടെ പ്രവർത്തിക്കുന്നതിന് ആർക്കും അഭിപ്രായവിത്യാസമില്ല.

ജി.സി.സി. നടപ്പാക്കുന്ന ബൃഹത്തായ പദ്ധതികളിലൊന്ന് 40,000 കിലോമീറ്റർ റെയിൽപാളമാണ്. 20,000 കോടി ഡോളറാണ് ചെലവ് പ്രതീക്ഷിക്കുന്നത്, കുവൈത്ത്, സഊദി, യു.എ.ഇ., ഒമാൻ എന്നിവടങ്ങളിലേക്ക് നീണ്ടുപോകുന്ന പാതയുടെ കൈവഴികൾ ഖത്തർ, ബഹ്റൈൻ രാജ്യങ്ങളിലേക്കുണ്ട്. അടുത്ത വർഷം അവസാനത്തോടെ നിർമാണം പകുതിയിലേറെ പൂർത്തിയാകും. ഏകീകൃത കറൻസി പക്ഷേ അൽപം വൈകും.

ജി.സി.സിക്ക് സംയുക്ത സൈനിക വിഭാഗമുണ്ട്. റിയാദ് ആസ്ഥാനമായുള്ള പെനിൻസുല ഷീൽഡ് ഫോഴ്സ്, യമനിൽ ഹൂതി തീവ്രവാദികളെ അടിച്ചമർത്തുന്നതിൽ നിർണായക പങ്കുവഹിച്ചു. അംഗരാജ്യങ്ങളിൽനിന്നുള്ള 40,000ഓളം സൈനികർ മേഖലയുടെ സുരക്ഷയ്ക്ക് ഭദ്രത നൽകി. 2011 മാർച്ച് 14ന് ബഹ്റൈനിൽ ആഭ്യന്തര കലാപമുണ്ടായപ്പോൾ, അടിച്ചമർത്താൻ പെനിൻസുല ഷീൽഡ് ഫോഴ്സ്, സഊദി കോസ്‌വേ വഴി ബഹ്റൈനിൽ എത്തിയിരുന്നു.

മേഖല നേരിടുന്ന വലിയ വെല്ലുവിളിയായ ഭീകരവാദത്തെ തകർക്കാൻ കുറേക്കൂടി സൈനികബലം ആവശ്യമാണന്ന് ജി.സി.സി. തിരിച്ചറിഞ്ഞിട്ടുണ്ട്. 2005 മുതൽ സഊദി അൽഖെയ്ദയുടെ ഭീഷണി നേരിടുന്നു. ഏപ്രിൽ മൂന്നിന് റിയാദിൽനിന്ന് 320 കിലോമീറ്റർ തെക്ക് മാറി അൽ റാസിൽ ഏറ്റുമുട്ടലിൽ നിരവധി ഭീകരവാദികൾ കൊല്ലപ്പെട്ടു. പല സ്ഥലങ്ങളിലായി ആക്രമണങ്ങൾ തുടർന്നുകൊണ്ടിരിക്കുന്നു. വിശുദ്ധനഗരങ്ങളായ മക്കയെയും മദീനയെയും ഭീകരവാദികൾ വെറുതെ വിടുന്നില്ല.

കഴിഞ്ഞ വർഷം ജുലൈ നാലിന് മദീനയിൽ പ്രവാചകശ്രേഷ്ഠരുടെ മസ്ജിദിന് സമീപംവരെ ഭീകരാക്രമണം നടന്നു. പല രാജ്യങ്ങളിൽനിന്ന്, വിശേഷിച്ച് ആഫ്രിക്കൻ രാജ്യങ്ങളിൽനിന്ന് റിക്രൂട്ട് ചെയ്തും സ്വദേശികളെ വംശീയമായി വേർതിരിച്ചും ഭീകരവാദികളെ സൃഷ്ടിക്കുന്ന സമീപനമാണ് കുടിലഹൃദയർ സ്വീകരിക്കുന്നത്. 2014ൽ നിരവധി സംഘങ്ങളെ അറസ്റ്റ് ചെയ്തു. എന്നിട്ടും 2015 മെയിൽ ഖാതിഫിലും ദമാമിലും ഷിയാ മസ്ജിദുകളിൽ സ്ഫോടനം നടത്തി. നിരവധി പേർ കൊല്ലപ്പെട്ടു. വെള്ളിയാഴ്ച ജുമുഅ നിസ്കാരത്തിനെത്തിയ നിഷ്കളങ്കരാണ് ആക്രമണത്തിന് ഇരയായത്.

മറ്റൊരു വശത്ത് ഷിയാ വിഭാഗത്തിന്റെ വിഘടനാവാദവുമുണ്ട്. ഇതിനെയെല്ലാം ഒറ്റക്കെട്ടായി നേരിടാനുള്ള ശ്രമമാണ് സഊദി നടത്തുന്നത്. സഊദിക്കൊപ്പം യു.എ.ഇയും ബഹ്റൈനും ഉറച്ചുനിൽക്കുന്നു. ജി.സി.സി. കുറേക്കൂടി കെട്ടുറപ്പോടെ മുന്നോട്ടുപോകേണ്ടത് ലോകത്തിന്റെതന്നെ ആവശ്യമാണ്. ഇടയ്ക്ക് ചില

വിള്ളലുണ്ടാകുമെങ്കിലും സോദരർ തമ്മിലെ പോരൊരു പോരല്ലെന്ന് ഏവരും തിരിച്ചറിയുന്നു. ഒത്തുതീർപ്പുകൾക്ക് പലരും രംഗത്തിറങ്ങുന്നു. മേഖലയിൽ തീവ്രവാദം വളർത്തുന്നതിൽ 59 പേർക്ക് പങ്കുണ്ടെന്നാണ് സഊദി ന്യൂസ് ഏജൻസി ചൂണ്ടിക്കാട്ടുന്നത്. അതിൽ മുസ്ലിം ബ്രദർഹുഡ് ആത്മീയ നേതാവ് യൂസുഫ് അൽ ഖറദാവി ഉൾപെടും. 18 പേർ ഖത്തർ സ്വദേശികളും അഞ്ചു പേർ ലിബിയക്കാരും സലഫി ആശയപ്രചാരകൻ വാജ്ദി ഗോനിം അടക്കം 26 പേർ ഈജിപ്തുകാരുമാണ്.

ബഹ്റൈനിൽ ഷിയാ സായുധ വിഭാഗത്തിന്റെ തലവന്മാരും ഇറാൻ പൗരന്മാരുമായ സരയ ആശ്തർ, സരയ മുഖ്താർ എന്നിവരും പട്ടികയിലുണ്ട്. ഇവരുടെ ഗൂഢനീക്കങ്ങളെക്കുറിച്ച് ജി.സി.സി. ചർച്ച ചെയ്തതാണ്. അടുത്ത ഉച്ചകോടിയിൽ ഇവർക്കെതിരെ കുറേക്കൂടി കർക്കശ നിലപാട് സഊദി, യു.എ.ഇ., ബഹ്റൈൻ രാജ്യങ്ങൾ സ്വീകരിക്കുമെന്നാണ് കരുതേണ്ടത്.

■

ഗൾഫിലെ പ്രതിസന്ധി

ഗൾഫ്‌രാജ്യങ്ങൾക്കിടയിലെ പ്രതിസന്ധി യാദൃച്ഛികമല്ല. തീവ്രവാദസംഘടനയായ മുസ്‌ലീം ബ്രദർഹുഡിനെതിരെ നിലപാട് സ്വീകരിക്കണമെന്ന് സഊദി അറേബ്യ കുറേ കാലമായി ഖത്തറിനോട് ആവശ്യപ്പെട്ടു വരികയായിരുന്നു. 1968ൽ ഇസ്രായേലിനെതിരെയുള്ള പാൻ അറബ് ദേശീയത, മേഖലയിൽ പരാജയപ്പെട്ടുവെന്ന് ആരോപിച്ച് ചിലർ രംഗത്ത് വന്നപ്പോൾതന്നെ സഊദി ഉൾപ്പെടെയുള്ള ഗൾഫ്‌രാജ്യങ്ങൾ അപകടം മണത്തു. അത്തരം ആളുകളുമായി സഹകരിക്കേണ്ടതില്ലെന്ന് പൊതുതീരുമാനം ജി.സി.സി. കൈക്കൊണ്ടു.

ഈജിപ്തിൽ ശക്തമായിരുന്ന മുസ്‌ലീം ബ്രദർഹുഡാണ്, ഇത്തരം തീവ്രചിന്തകൾ പടർത്തുന്നതെന്നും ജി.സി.സി. കണ്ടെത്തിയിരുന്നു. അൽ ഇസ്‌ലാഹ് അസോസിയേഷൻ എന്ന പേരിൽ യു.എ.ഇയിൽ പ്രവർത്തിച്ചിരുന്നതും മുസ്‌ലീം ബ്രദർഹുഡ് അനുഭാവികളാണെന്നും ഖത്തറിലെ സൗകര്യങ്ങൾ ഉപയോഗപ്പെടുത്തിയാണ് അവർ യു.എ.ഇയിൽ എത്തിയതെന്നും 1974ൽ വ്യക്തമായി. ബ്രിട്ടീഷ് നാഷണൽ ആർക്കൈവ്സിൽ ഇതിന്റെ രേഖകളുണ്ട്. മുസ്‌ലീം ബ്രദർഹുഡ് അനുഭാവികൾ ഒളിഞ്ഞും തെളിഞ്ഞും മധ്യപൗരസ്ത്യ ദേശത്ത് രഹസ്യപ്രവർത്തനങ്ങൾ തുടർന്നു. 1994ൽ അൽ ഇസ്‌ലാഹ് അസോസിയേഷനെ യു.എ.ഇ. നിരോധിച്ചു.

ചില രാജ്യങ്ങളിൽ അറബ് വസന്തത്തെ കലാപകലുഷിതമാക്കിയത് മുസ്‌ലിം ബ്രദർഹുഡാണ്. അറബ് വസന്തത്തെ ബ്രദർഹുഡ് കൈയടക്കുന്നതും ആപൽസൂചനയായിരുന്നു. ഖത്തറിലുള്ള ഈജിപ്തുകാരനായ യൂസുഫ് അൽ ഖർളാവി, ഈ സാഹചര്യത്തിൽ മറ്റു ഗൾഫ് രാജ്യങ്ങളെ അവഹേളിക്കുന്ന പ്രസ്താവന നടത്തിയിരുന്നു. 2014ൽ ഖത്തർ നയതന്ത്ര പ്രതിനിധികളെ വിളിച്ച് യു.എ.ഇ. പ്രതിഷേധം അറിയിച്ചു. ചില ഗൾഫ്‌രാജ്യങ്ങളെ നിരന്തരം

കുറ്റപ്പെടുത്തുന്ന നിലപാട് ഖത്തറിലെ അൽ ജസീറ ടെലിവിഷൻ ചാനൽ സ്വീകരിച്ചു. ഇതെല്ലാമായപ്പോൾ സഊദി അറേബ്യ, യു.എ.ഇ., ബഹ്റൈൻ എന്നീ രാജ്യങ്ങൾക്ക് മതിയായി. ഖത്തറിന്റെ ഇരട്ട ത്താപ്പ് കണ്ട് ക്ഷമകെട്ടാണ് ഉപരോധനടപടികളെന്ന് യു.എ.ഇ. വിദേശകാര്യ സഹമന്ത്രി ഡോ. അൻവർ ബിൻ മുഹമ്മദ് ഗർഗാഷ് ചൂണ്ടിക്കാട്ടി. സി.എൻ.എൻ. ചാനലിനോട് സംസാരിക്കുകയായി രുന്നു മന്ത്രി.

''2014ൽ ഞങ്ങൾ, ഗൾഫ് രാജ്യങ്ങൾ ഒരു ധാരണയിലെത്തിയി രുന്നു. ഖത്തർ അമീർ അതിൽ ഒപ്പുവെക്കുകയും ചെയ്തിരുന്നു. അവർ ആ ധാരണകൾ ലംഘിച്ചു. മേഖലയെ അസ്ഥിരപ്പെടുത്തുന്ന ഘടകങ്ങളോട് മൃദുസമീപനം പാടില്ലെന്ന് സഊദി, ബഹ്റൈൻ, യു.എ.ഇ., ഈജിപ്ത് രാജ്യങ്ങൾ പലതവണ ചൂണ്ടിക്കാട്ടിയതാണ്. അതുകൊണ്ടുതന്നെ വിദേശനയത്തിൽ ഖത്തർ മാറ്റം വരുത്തണം. അതിനു വേണ്ടിയുള്ള സന്ദേശമാണ് ഇപ്പോൾ നൽകിയിരിക്കുന്നത്. മാറ്റം വരുത്താൻ ഒരുക്കമല്ലെങ്കിൽ സ്വന്തം സമ്പദ്വ്യവസ്ഥയുമായി അവർക്ക് മുന്നോട്ടുപോകാം. ഡോ. അൻവർ ഗർഗാഷ് വ്യക്തമാക്കി.

പ്രതിസന്ധി പരിഹരിക്കപ്പെടണമെങ്കിൽ മുസ്ലീം ബ്രദർഹുഡി നെതിരെ നിലപാട് സ്വീകരിക്കണമെന്നും ജി.സി.സിയുടെ പൊതു വിദേശനയത്തോടൊപ്പം നിൽക്കണമെന്നുമുള്ള സന്ദേശമാണ് സഊദി ഭരണാധികാരി സൽമാൻ ബിൻ അബ്ദുൽ അസീസ് രാജാവ്, കുവൈത്ത് അമീർ ശൈഖ് സബാഹ് അൽ അഹ്മദ് അൽ ജാബിർ അൽ സബാഹ് വഴി ഖത്തറിന് നൽകിയിരിക്കുന്നത്. തീവ്രവാദ സംഘടനകളെ പിന്തുണയ്ക്കുന്നത് ഖത്തർ അവസാനിപ്പിച്ചേ മതി യാകൂ എന്ന് സഊദി വിദേശകാര്യമന്ത്രി ആദിൽ അൽ ജുബൈർ അറിയിച്ചു. അൽ ജസീറ ചാനൽ സഊദി, യു.എ.ഇ. വിരുദ്ധ നില പാട് ആവർത്തിച്ചാൽ പ്രശ്നപരിഹാരം എളുപ്പമാകില്ല. പ്രതിസന്ധി മൂർച്ഛിക്കുന്നതിൽ നിരവധി ഘടകങ്ങൾ ഉൾച്ചേർന്നതിനാൽ സങ്കീർണ മാണ് വിഷയം.

■

ചെകുത്താനും കടലിനും ഇടയ്ക്ക്

ഗൾഫ്രാജ്യങ്ങളുടെ കെട്ടുറപ്പ് പ്രധാനമായും രണ്ട് വെല്ലുവിളികൾ നേരിടുന്നു. ഒന്ന്, ഭീകരവാദം. രണ്ട്, ഇറാന്റെ ഷിയാ സാമ്രാജ്യത്വ മോഹം. ഭീകരവാദത്തെ നിഷ്കരുണം അടിച്ചമർത്താനാണ്, സഊദി അറേബ്യ, യു.എ.ഇ., ബഹ്റൈൻ രാജ്യങ്ങൾ ശ്രമിക്കുന്നത്. ലോക മുസ്ലീങ്ങളുടെ കേന്ദ്രരാജ്യമായ മക്കയടക്കമുള്ള വിശുദ്ധനഗരങ്ങൾ ഏറെയുള്ള സഊദിയെ അസ്ഥിരപ്പെടുത്തുന്ന നീക്കം അത്യന്തം അപകടകരമാണെന്ന് ഗൾഫ്രാജ്യങ്ങൾ തിരിച്ചറിഞ്ഞിട്ടുണ്ട്. അതിനെ മുളയിലേ നുള്ളിക്കളയുമ്പോൾ സ്വാഭാവികമായും പ്രതിപ്പട്ടികയിൽ മുസ്ലീം ബ്രദർഹുഡ് ഉൾപ്പെടും. സഊദി അറേബ്യ അടുത്തിടെ നിരവധി ഭീകരാക്രമണങ്ങൾക്ക് വിധേയമായി. ഇസ്ലാമിക് സ്റ്റേറ്റ് അഥവാ ദായിഷ് ആണ് ആക്രമണങ്ങൾക്ക് പിന്നിൽ. സുന്നികളുടെ പേര് പറഞ്ഞാണ് ആക്രമണങ്ങൾ. സഊദിയിലെ ഷിയാ മസ്ജിദുകളെ ലക്ഷ്യമാക്കിയാണ് സ്ഫോടനങ്ങളെങ്കിലും ഫലത്തിൽ സഊദിയിലെ സുന്നീ ഭരണകൂടമാണ് പ്രതിരോധത്തിലാകുന്നത്.

ഇതിനിടയിൽ മുസ്ലീം ബ്രദർഹുഡ് ഗൾഫ് മേഖലയിൽ രഹസ്യ നീക്കങ്ങൾ നടത്തുന്നു. രാഷ്ട്രീയാധികാരത്തിന് വേണ്ടി മതതത്വ സംഹിതകളെ ഉയർത്തിപ്പിടിക്കുന്നുവെന്ന് അവകാശപ്പെട്ട്, ഈജിപ്തിൽ ശക്തി പ്രാപിച്ച മുസ്ലിം ബ്രദർഹുഡിന്റെ ഉദ്ദേശശുദ്ധിയിൽ ഗൾഫ് രാജ്യങ്ങൾ സംശയിക്കുന്നു. ഈജിപ്തിൽ മുസ്ലീം ബ്രദർ ഹുഡുകാരായ മുഹമ്മദ് മുർസി 2012ൽ തിരഞ്ഞെടുപ്പിലൂടെ അധികാരത്തിലെത്തിയെങ്കിലും ഗൾഫ് ഭരണകൂടങ്ങൾ പൂർണമായും സഹകരിച്ചിരുന്നില്ല. ഈജിപ്തിൽ ആഭ്യന്തരകലഹം രൂക്ഷമായപ്പോൾ മുഹമ്മദ് മുർസിയെ സ്ഥാനഭ്രഷ്ടനാക്കി പട്ടാളം അധികാരം പിടിച്ചെടുത്തു. ലിബിയയിൽ കേണൽ മുഅമ്മർ ഗദ്ദാഫിയെ വേട്ടയാടുന്നതിന് പിന്നിൽ മുസ്ലീം ബ്രദർഗഹുഡായിരുന്നു. ലിബിയയിൽ നേരത്തെതന്നെ കണ്ണുണ്ടായിരുന്ന പാശ്ചാത്യശക്തികൾ അവസരം മുതലെടുത്തുവെന്നേയുള്ളൂ. കേണൽ ഗദ്ദാഫി കൊല്ലപ്പെടുന്നതിൽ

മുസ്‌ലീം ബ്രദർഹുഡിന് പങ്കുണ്ട്. ജനാധിപത്യ സംവിധാനത്തിന് പാകമായ മണ്ണല്ല, ഗൾഫ്. നിലവിലെ ഭരണവ്യവസ്ഥ ദുർബലമായാൽ രംഗത്ത് വരുന്നത് ദായിഷ്, മുസ്‌ലീം ബ്രദർഹുഡ് പോലുള്ള ശക്തികളാണ്. ഇറാഖ്, സിറിയ, യമൻ, ടുണീഷ്യ എന്നിവിടങ്ങളിൽ അത് കണ്ടതാണ്. 1928ൽ ഈജിപ്തിൽ സ്ഥാപിതമായ ബ്രദർഹുഡ് നിരവധി വിധ്വംസക പ്രവർത്തനങ്ങൾ നടത്തിയിട്ടുണ്ട്. 2014 മുതൽ, യു.എ.ഇ. മുസ്‌ലീം ബ്രദർഹുഡിന്റെ രഹസ്യനീക്കങ്ങൾ പുറത്തുകൊണ്ടുവന്നു. 20 ഈജിപ്തുകാരെയും പത്ത് സ്വദേശികളെയും അറസ്റ്റ് ചെയ്ത് കോടതിയിൽ ഹാജരാക്കി. ഇതിനിടെ, മുസ്‌ലീം ബ്രദർഹുഡിന് ആവേശം പകരുന്ന ഇമാം യൂസുഫ് അൽ ഖർളാവി ഖത്തറിലിരുന്ന് യു.എ.ഇയെ പരിഹസിച്ചു. ഖത്തർ നയതന്ത്ര ഉദ്യോഗസ്ഥരെ വിളിച്ചുവരുത്തി യു.എ.ഇ. പ്രതിഷേധം അറിയിച്ചു.

പക്ഷേ, മുസ്‌ലീം ബ്രദർഹുഡിനെയോ, യൂസുഫ് അൽ ഖർളാവിയെപ്പോലുള്ള ആളുകളെയോ തള്ളിപ്പറയാൻ ഖത്തർ തയ്യാറായില്ലെന്ന് സഊദിയും യു.എ.ഇയും ഓർമ്മിപ്പിക്കുന്നു. ഏറ്റവുമൊടുവിൽ, അമേരിക്ക-ഇസ്‌ലാമിക രാജ്യങ്ങളുടെ ഉച്ചകോടിയിൽ കൈകൊണ്ട തീരുമാനങ്ങൾ നടപ്പാക്കുന്നില്ലെന്ന് സഊദിയും യു.എ. ഇയും കുറ്റപ്പെടുത്തുന്നു. പോരാത്തതിന്, ഇറാന്റെ പദ്ധതികളെ അനുകൂലിച്ച്, ഖത്തർ ആസ്ഥാനമായ അൽ ജസീറ ടെലിവിഷൻ ചാനൽ രംഗത്ത് വന്നു. ഇത്, സഊദിയെയും യു.എ.ഇ.യെയും ചൊടിപ്പിച്ചു.

മറ്റൊന്ന്, മേഖലയിൽ ഷിയാ സാമ്രാജ്യം ആഗ്രഹിക്കുന്ന ഇറാനോട് ഖത്തറിനുള്ള മൃദുസമീപനമാണ്. ഇതിനെ സഊദി സംശയത്തോടെ കാണുന്നു. ഇരു രാജ്യങ്ങളെയും അവഹേളിക്കുന്നതിൽ നിന്ന് അൽ ജസീറ പിന്തിരിയണമെന്ന് ഖത്തർ ഉത്തരവിറക്കിയിരിക്കുന്നതാണ് ഇപ്പോൾ ആശ്വാസകരമായിരിക്കുന്നത്. മാത്രമല്ല, പ്രതിസന്ധി പരിഹരിക്കാൻ ചർച്ചയ്ക്ക് തയ്യാറാണെന്ന്, ഖത്തർ വിദേശകാര്യമന്ത്രി ശൈഖ് തമീം ബിൻ ഹമദ് അൽതാനി അറിയിച്ചു. കുവൈത്ത് അമീർ ശൈഖ് സബാഹ് അൽ അഹ്മദ് അൽ ജാബിർ അൽ സബാഹ് മധ്യസ്ഥത വഹിക്കണമെന്ന് ശൈഖ് തമീം അഭ്യർത്ഥിച്ചു. ബഹ്റൈൻ, സഊദി, യു.എ.ഇ. എന്നീ രാജ്യങ്ങൾ ഖത്വർ വിമാനങ്ങൾക്ക് ഉപരോധം ഏർപ്പെടുത്തിയത് വലിയ തിരിച്ചടിയായിട്ടുണ്ട്. ആയിരക്കണക്കിനാളുകളാണ് ടിക്കറ്റ് ബുക്ക് ചെയ്തിരുന്നത്. ഖത്തർ ഇവർക്ക് പണം മടക്കിനൽകിക്കൊണ്ടിരിക്കുന്നു. യു.എ.ഇ.യിലെ ഫുജൈറ തുറമുഖത്ത് ഖത്തർ കപ്പലുകൾക്ക് വിലക്കുള്ളതിനാൽ ഖത്തർ എണ്ണ കയറ്റുമതി നിലക്കുന്ന അവസ്ഥയുമുണ്ട്. ഖത്തറിൽ ഭക്ഷ്യക്ഷാമം രൂക്ഷമാകുമെന്നാണ് മറ്റൊരു റിപ്പോർട്ട്. പ്രതിസന്ധി പരിഹരിക്കപ്പെടണമെന്നാണ് ഏവരും ആഗ്രഹിക്കുന്നത്. ■

സഊദി നൽകുന്ന പാഠം

ഗൾഫ്‌രാജ്യങ്ങളുടെ കെട്ടുറപ്പ് അറബ് സമൂഹത്തിന്റെ മാത്രം ആവശ്യമല്ല. ലോകത്തിന്റേതുകൂടിയാണ്. വിശേഷിച്ച്, ഗൾഫിൽ ജീവിതോപാധി തേടിയെത്തിയ അനേകലക്ഷം ഇന്ത്യക്കാരടക്കമുള്ള വിദേശികളുടെ.

സഊദി അറേബ്യ, യു.എ.ഇ., കുവൈത്ത്, ബഹ്റൈൻ, ഒമാൻ, ഖത്വർ എന്നീ രാജ്യങ്ങൾ ഉൾപ്പെട്ടതാണല്ലോ ഗൾഫ്. സോവിയറ്റ് യൂണിയന്റെ പ്രതാപകാലത്തും അമേരിക്കയുമായായിരുന്നു ഗൾഫ് മേഖലയ്ക്ക് അടുപ്പം. മേഖലയുടെ ഭരണ സുരക്ഷിതത്വം അമേരിക്ക ഉറപ്പുവരുത്തിക്കൊള്ളുമെന്ന വിശ്വാസത്തിലായിരുന്നു അത്.

സോവിയറ്റ് യൂണിയൻ തകർന്നതോടെ, അമേരിക്കയെ ചുറ്റിപ്പറ്റിയുള്ള ഏകലോക ധ്രുവം യാഥാർഥ്യമായപ്പോൾ മേഖലയിൽ അമേരിക്കയുടെ സമീപനം അൽപം വ്യത്യാസപ്പെട്ടു. ഇസ്രായേലിന്റെ ശാക്തീകരണത്തിൽ ഊന്നിയായി നിലപാടുകൾ. ഗൾഫിന് ഏറെ താത്പര്യമുള്ള ഫലസ്തീൻ രാജ്യം മരീചികയായി. ഇതിനിടയിൽ അൽഖയ്ദ, ഐ.എസ്. തുടങ്ങിയ ഭീകരസംഘങ്ങൾ ഉടലെടുത്തു. ലോകത്തിന്റെയാകെ ഉറക്കം കെട്ടു. സദ്ദാം ഹുസൈന് ശേഷമുള്ള ഇറാഖ് ഭീകരപ്രസ്ഥാനങ്ങൾക്ക് വളക്കൂറുള്ള മണ്ണായി.

അൽഖയ്ദയുടെ ജനനം അഫ്ഗാനിസ്ഥാനിലാണ്. സോവിയറ്റ് യൂണിയനെ തുരത്താൻ അമേരിക്ക കണ്ടുപിടിച്ച മാർഗമായിരുന്നു അൽഖയ്ദ. പതുക്കെ, അൽഖയ്ദ, പല വേഷത്തിൽ ഗൾഫ്‌രാജ്യങ്ങൾക്കെതിരെ തിരിഞ്ഞു. ഭീകരതയുമായി ഗൾഫ്‌രാജ്യങ്ങളുടെ ഏറ്റുമുട്ടൽ അനിവാര്യമായി.

മറ്റൊരു ഭാഗത്ത് ഇറാൻ ആണവപരീക്ഷണങ്ങൾ നടത്തുന്നതും മേഖലയ്ക്ക് ഭീഷണിയായി. അമേരിക്കയുടെയും സഖ്യരാജ്യങ്ങളുടെയും സാമ്പത്തിക ഉപരോധങ്ങളെ അതിജീവിച്ച ഇറാൻ മേഖലയ്ക്ക് പുതിയ വെല്ലുവിളികൾ ഉയർത്തുന്നു.

അതിദ്രുതം സാമൂഹികമാറ്റത്തിന് വിധേയമായിക്കൊണ്ടിരിക്കുന്ന രാജ്യമാണ് സഊദി. ഭരണാധികാരി സൽമാൻ രാജാവും കിരീടാവകാശി മുഹമ്മദ് ബിൻ സൽമാനും പുരോഗമനപരമായ പല നടപടികളും കൊണ്ടുവരുന്നു.

ലോകത്തിലെ വലിയ എണ്ണക്കമ്പനിയായ അരാംകോയെ ഭാഗികമായി സ്വകാര്യമേഖലയുടെ കൈകളിലേക്കെത്തിച്ചു. ഭരണ സംവിധാനത്തിൽ നൂതന സാങ്കേതിക വിദ്യകളെ ആശ്രയിച്ചു.

എണ്ണ ആശ്രിതമല്ലാത്ത ഗൾഫ് രാജ്യങ്ങൾ, അടുത്തകാലം വരെ സങ്കൽപിക്കാൻപോലും കഴിയാത്തതായിരുന്നു. അതിന് മാറ്റം വരുകയാണ്. സഊദി അറേബ്യപോലും വഴിമാറി ചിന്തിക്കുമ്പോൾ മറ്റു രാജ്യങ്ങളുടെ കഥ പറയാനില്ല. സമ്പൂർണ സാമ്പത്തിക പരിഷ്കാരമാണ്, സമൂഹമാണ് ഉടലെടുക്കുന്നത്. അതും പത്തുവർഷത്തിനകം.

സഊദി അറേബ്യ '2030 ആസൂത്രണ പദ്ധതി' പ്രഖ്യാപിച്ചത് കഴിഞ്ഞയാഴ്ച ആണെങ്കിലും ഒരുക്കം എന്നേ തുടങ്ങിയിരുന്നു. മൂന്നുവർഷം മുമ്പ് എണ്ണ വിലയിൽ ചാഞ്ചാട്ടം ശക്തമായപ്പോഴാണത്. എണ്ണ സ്രോതസ് വറ്റിയാൽ എന്തുചെയ്യും എന്ന ആലോചനയും ശക്തമായി.

തദ്ദേശീയർക്ക് തൊഴിലവസരങ്ങൾ ലഭിക്കണമെങ്കിൽ വൻതോതിൽ വിദേശ നിക്ഷേപം വരണം. ഏവർക്കും തൊഴിലുണ്ടെങ്കിൽ മാത്രമേ, സമൂഹം കെട്ടുറപ്പുള്ളതാവുകയുള്ളൂ.

നിതാഖാത്ത് ആദ്യ ചുവടുവെപ്പായിരുന്നു. എല്ലാ സ്ഥാപനങ്ങളിലും സ്വദേശി സാന്നിധ്യമുണ്ടാകണമെന്ന് അന്നത്തെ ഭരണാധികാരി അബ്ദുല്ലാ രാജാവ് ഉത്തരവിട്ടു. ഏറ്റവും ഒടുവിൽ, മൊബൈൽ ഫോൺ വിൽപന ഉൾപ്പടെ പല അവകാശങ്ങളും സ്വദേശികൾക്ക് മാത്രമായി നീക്കിവെച്ചു.

വാസ്തവത്തിൽ, പരിഷ്കരണത്തിന്റെ രണ്ടാംഘട്ടമാണ് കഴിഞ്ഞയാഴ്ച ഉപകിരീടാവകാശി മുഹമ്മദ് ബിൻ സൽമാൻ രാജകുമാരൻ പ്രഖ്യാപിച്ചത്. ആസൂത്രണ പദ്ധതി 2030 എന്ന് നാമകരണം ചെയ്തതിനാൽ ഏവർക്കും അത് പുതിയ കാര്യമായി തോന്നി.

സഊദി അറേബ്യയിലെ ഏറ്റവും വലിയ കമ്പനിയാണ് അരാംകോ. രണ്ട് ദശലക്ഷം കോടി ഡോളർ ആസ്തിയുള്ള കമ്പനിയാണ്. ഊർജ്ജമേഖലയിൽ സഊദിയുടെ അഭിമാനം. ഇതിൽ വിദേശികൾക്കും ഓഹരി പങ്കാളിത്തം നൽകാനുള്ള തീരുമാനം ചരിത്രപരം. താമസിയാതെ അരാംകോ എനർജി ഹോൾഡിംഗ് കമ്പനിയായി മാറും. ഇതിന്റെ ചുവടുപിടിച്ച് പൊതുഉടമസ്ഥതയിലുള്ള മിക്ക കമ്പനികളും വിദേശനിക്ഷേപത്തിന് വാതിൽ തുറന്നിടും.

അരാംകോയുടെ അഞ്ചുശതമാനം ഓഹരിയാണ് വിദേശികൾക്ക് ലഭിക്കുക. കേവലം ഒരു ശതമാനം ആയാൽ പോലും ലോകത്തിലെ വലിയ ഒരു ഓഹരി വിറ്റഴിക്കലായി അത് അനുഭവപ്പെടും.

സഊദിയിലെ എണ്ണ കയറ്റുമതിയെ നിയന്ത്രിക്കുന്ന പബ്ലിക് ഇൻവെസ്റ്റ്മെന്റ് ഫണ്ട് (പി.ഐ.എഫ്.) പുനഃസംഘടിപ്പിക്കുവാനും തീരുമാനിച്ചിട്ടുണ്ട്. അരാംകോയെ ഫണ്ടിന് കീഴിൽ കൊണ്ടുവരും. കഴിഞ്ഞ വർഷം സഊദിക്ക് 3,000 കോടി റിയാൽ ലാഭം നേടിക്കൊടുത്ത നിക്ഷേപ വിഭാഗമാണ് പി.ഐ.എഫ്. ഇതിന്റെ ആസ്തി ഏഴ് ദശലക്ഷം കോടി റിയാലാക്കി വർദ്ധിപ്പിക്കാനാണ് നീക്കം. ലോകത്തിന്റെ വിവിധ ഭാഗങ്ങളിൽ പി.ഐ.എഫ്. നിക്ഷേപം നടത്തുമെന്നർത്ഥം.

പ്രതിരോധമേഖലയും പുനഃസംഘടിപ്പിക്കാൻ സഊദി തീരുമാനിച്ചിട്ടുണ്ട്. പൂർണമായും പൊതുഉടമസ്ഥതയിൽ കൊണ്ടുവരുകയും 'ആയുധങ്ങൾ കൊടുക്കൽവാങ്ങൽ' സമീപനം സ്വീകരിക്കുകയും ചെയ്യും. ഇതേവരെ, ആയുധങ്ങൾ വാങ്ങിക്കൂട്ടുക മാത്രമായിരുന്നു.

ഇതിനിടയിൽ, വിദേശികളുടെ വ്യക്ത്യധിഷ്ഠിത നിക്ഷേപം ആകർഷിക്കാനും ശ്രമം നടത്തുകയാണ്. വിദേശികൾക്ക് ഗ്രീൻ കാർഡ് നൽകും. വിദേശികൾക്ക് ദീർഘകാലാടിസ്ഥാനത്തിൽ സ്വത്ത് വാങ്ങാൻ കഴിയുന്ന തരത്തിലേക്കാണ് ഗ്രീൻകാർഡ് നയം ചെന്നെത്തുക. നിലവിൽ, സഊദിയിൽ ദീർഘകാലം വാണിജ്യം നടത്തിയവർക്കുപോലും ഇത്തരത്തിൽ പ്രതീക്ഷയില്ലായിരുന്നു. വൻകിട സംരംഭങ്ങൾവരെ ഉപേക്ഷിച്ച് നാട്ടിലേക്ക് മടങ്ങേണ്ട അവസ്ഥയുണ്ടായിരുന്നു. നിക്ഷേപത്തിന്റെ ഭാവിയെക്കുറിച്ച് ആശങ്ക വേണ്ടെന്ന സന്ദേശമാണ് മുഹമ്മദ് ബിൻ സൽമാൻ രാജകുമാരൻ നൽകുന്നത്.

എണ്ണയില്ലെങ്കിലും പിടിച്ചുനിൽക്കാനുള്ള വഴി സുഗമമാക്കാൻ വേണ്ട അടിസ്ഥാന സൗകര്യങ്ങൾ ഇപ്പോൾതന്നെ സഊദിക്കുണ്ട്. ഇസ്‌ലാം വിശ്വാസികളുടെ ഏറ്റവും വലിയ തീർത്ഥാടന കേന്ദ്രങ്ങൾ സഊദിയിലാണ്. 80 ലക്ഷം തീർത്ഥാടകരാണ് പ്രതിവർഷം ലോകത്തിന്റെ വിവിധ ഭാഗങ്ങളിൽനിന്ന് സഊദിയിലെത്തുന്നത്. അത് മൂന്നുകോടിയായി വർദ്ധിപ്പിക്കാനാണ് തീരുമാനം.

ഉംറ വിസയെ സന്ദർശക വിസയായി പരിവർത്തിപ്പിച്ച്, സഊദിയിലാകെ സഞ്ചരിക്കാനുള്ള സാഹചര്യം ഒരുക്കും. ഉംറ തീർത്ഥാടകർക്ക് വലിയ സന്തോഷമാണ് ഇത് പകരുന്നത്. ധാരാളം പൈതൃക കേന്ദ്രങ്ങളുള്ള രാജ്യമാണിത്. അവിടെയൊക്കെ സഞ്ചാരികൾ എത്തും. ഇത്തരം പരിഷ്കാരങ്ങളുടെ പ്രധാന ലക്ഷ്യം തൊഴിലില്ലായ്മ

കുറയ്ക്കുക എന്നതാണ്. 11.6 ശതമാനമാണ് തൊഴിലില്ലാത്തവർ. ഏതാനും വർഷത്തിനകം ഇത് ഏഴു ശതമാനമായി കുറക്കണം. മൊത്ത ആഭ്യന്തരോത്പാദനത്തിന്റെ 5.7 ശതമാനം നേരിട്ടുള്ള വിദേശ നിക്ഷേപത്തിൽ നിന്നാകുമ്പോൾ സാമ്പത്തികസ്ഥിരതയും സ്വായത്തമാക്കാം.

ലോകവിപണിയിൽ എണ്ണവില കുത്തനെ കുറഞ്ഞപ്പോൾ ഭരണ കൂടത്തിന്റെ നിലനിൽപിനുപോലും ഭീഷണിയായി മാറി. എണ്ണ വിൽപനയിലൂടെയുള്ള വരുമാനത്തിൽനിന്ന് വൻതോതിൽ സബ്സിഡി നൽകിയാണ് ഇത്രയും കാലം ആളുകളെ തണുപ്പിച്ച് നിർത്തിയത്. ദീർഘകാലം സബ്സിഡിയെ ആശ്രയിക്കാൻ കഴിയില്ല. എണ്ണയിതര കയറ്റുമതി 50 ശതമാനത്തിൽ എത്തിക്കണം. അതിനുള്ള ഉൽപന്നങ്ങൾ വേണമെങ്കിൽ വിദേശ നിക്ഷേപത്തെ സ്വീകരിച്ചേ മതിയാകൂ. ആ നിലയിൽ യാഥാർത്ഥ്യബോധത്തോടെയുള്ള നീക്കമാണ് 2030 ആസൂത്രണ പദ്ധതി.

മലയാളികളെ സംബന്ധിച്ചിടത്തോളം സഊദി സ്വന്തം രാജ്യം പോലെ വർഷങ്ങളായുള്ള ബന്ധമാണ്. മലപ്പുറത്തെ ഭൂരിപക്ഷം വീടുകളിൽനിന്നും ഒരാളെങ്കിലും സഊദിയിലുണ്ടാകും. നിതാഖാത്ത് പ്രഖ്യാപിക്കപ്പെട്ടപ്പോൾ ഏറ്റവും ചങ്കിടിപ്പുണ്ടായത് മലപ്പുറത്തിനാണ്. ആത്യന്തികമായി, ആ പ്രദേശങ്ങൾക്ക് ആശ്വാസവും പ്രതീക്ഷയും പകരുന്ന നടപടികളാണ് ഇപ്പോൾ ഉണ്ടായിക്കൊണ്ടിരിക്കുന്നത്.

■

സൈനികശക്തിയാകുന്ന ഗൾഫ്

സൈനിക ആയുധങ്ങൾക്കുവേണ്ടി ലോകത്ത് ഏറ്റവും അധികം ചെലവു ചെയ്യുന്ന രാജ്യങ്ങളിലൊന്നാണ് സഊദി അറേബ്യ. ഏതാണ്ട് 6,700 കോടി ഡോളർ പ്രതിവർഷം ചെലവു ചെയ്യുന്നുണ്ട്. അമേരിക്ക, ബ്രിട്ടൻ, ഫ്രാൻസ് എന്നിവിടങ്ങളിൽ നിന്നാണ് സൈനിക വാഹനങ്ങളും മിസൈലുകളും മറ്റും വാങ്ങുന്നത്. ലോകത്ത് പ്രതിരോധ ഉൽപന്നങ്ങൾ ഇറക്കുമതി ചെയ്യുന്ന രാജ്യങ്ങളിൽ രണ്ടാംസ്ഥാനമുണ്ട്. 2010നും 14നും ഇടയിൽ ബ്രിട്ടനിൽ നിന്ന് 45 എയർ ക്രാഫ്റ്റുകളും അമേരിക്കയിൽനിന്ന് 38 ഹെലികോപ്റ്ററുകളും കാനഡയിൽ നിന്ന് നിരവധി ടാങ്കുകളും വാങ്ങി. എന്നാൽ ഒരു സൈനികശക്തി എന്ന് ഇതേവരെ അറിയപ്പെട്ടില്ല. പക്ഷേ, യെമൻ പ്രതിസന്ധി അതിനൊരു മാറ്റം വരുത്തിയിരിക്കുന്നു. 1990ൽ ഇറാഖ് കുവൈത്ത് അധിനിവേശം നടത്തിയതിനുശേഷം പ്രതിരോധ കാര്യത്തിൽ സഊദി കുറേക്കൂടി ജാഗ്രത കാട്ടിത്തുടങ്ങി. ഇറാൻ ആണവ സമ്പുഷ്ടീകരണം ആരംഭിച്ചത്, സഊദിയിൽ മറ്റൊരു അങ്കലാപ്പ് സൃഷ്ടിച്ചു. സൈനിക ശക്തിയായാൽ മാത്രമേ നിലനിൽപ് ഭദ്രമാക്കാൻ കഴിയൂ എന്ന് ഭരണകൂടത്തിന് ഒരിക്കൽകൂടി ബോധ്യമായി.

ഇതിനിടയിലാണ് അയൽരാജ്യമായ യെമനിൽ ശിയാ വിഭാഗത്തിലെ ഹൂതികൾ കലാപം ആരംഭിച്ചത്. സുന്നീ രാജ്യമായ സഊദിക്ക് ഇത് രണ്ടു വിധത്തിലാണ് തലവേദനയായത്. സഊദിയിലേക്ക് ഹൂതികളുടെ നുഴഞ്ഞുകയറ്റം അതിലൊന്ന്. രണ്ടാമത്തേത്, കലാപം രൂക്ഷമായപ്പോൾ യെമൻ പ്രസിഡന്റ് അലി അബ്ദുല്ല സ്വാലഹ് അഭയം തേടിയത് സഊദിയിൽ. രക്ഷപ്പെടാനും രക്ഷിക്കാനും ആക്രമണമല്ലാതെ വേറെ വഴിയില്ല.

2009 നവംബർ അഞ്ചിന് ഹൂതികൾക്കെതിരെ സഊദി സൈന്യം കരമാർഗത്തിൽ ആക്രമണം നടത്തി. ഇറാൻ, സിറിയ എന്നിവിടങ്ങളിൽനിന്ന് ആയുധങ്ങൾ ശേഖരിച്ച് ഹൂതികൾ തിരിച്ചടിച്ചു. മൂന്നു

മാസത്തിനിടയിൽ 133 സഊദി സൈനികർ കൊല്ലപ്പെട്ടു. ഇത്തവണ പക്ഷേ, ഹൂതികൾക്കെതിരെ സഊദി അറേബ്യക്കൊപ്പം യു.എ.ഇ., ബഹ്റൈൻ, കുവൈത്ത്, ഖത്തർ തുടങ്ങിയ ഗൾഫ് രാജ്യങ്ങളും ഈജിപ്ത്, ജോർദാൻ, സുഡാൻ തുടങ്ങിയ അറബ്-ആഫ്രിക്കൻ രാജ്യങ്ങളുമുണ്ട്. ഇതിനിടെ സഊദിയുടെ നേതൃത്വത്തിലുള്ള ഗൾഫ് രാജ്യങ്ങൾ ബഹ്റൈനിലെ ശിയാ കലാപം അടിച്ചമർത്താൻ ഒരുമിച്ചിരുന്നു.

മധ്യപൗരസ്ത്യ മേഖലയുടെ സുരക്ഷിതത്വത്തിന് ഗൾഫ് രാജ്യങ്ങളുടെ ഏകീകൃതസേന ഇതോടെ നിലവിൽ വന്നിരിക്കുന്നു. സഊദി, യു.എ.ഇ, ബഹ്റൈൻ, കുവൈത്ത് രാജ്യങ്ങൾ മിക്കപ്പോഴും ഒറ്റക്കെട്ടാണ്. ഖത്തറിന് ചില കാര്യങ്ങളിൽ അഭിപ്രായ വ്യത്യാസമുണ്ടെങ്കിലും ഹൂതികൾക്കെതിരെ സഊദിക്കൊപ്പമുണ്ട്. ഒമാൻ പ്രത്യക്ഷത്തിൽ രംഗത്തിറങ്ങിയിട്ടില്ലെങ്കിലും തീവ്രവാദത്തിന് എതിരാണ്.

യെമനിൽ ആക്രമണം നടത്താൻ 1.5 ലക്ഷം സൈനികരെയും നൂറ് ഫൈറ്റർ ജെറ്റുകളെയുമാണ് സഊദിയുടെ നേതൃത്വത്തിൽ 'സഖ്യസേന' സജ്ജമാക്കിയത്. 1991ൽ കുവൈത്തിൽനിന്ന് ഇറാഖിനെ തുരത്താൻ അമേരിക്ക തയ്യാറാക്കിയ ഓപ്പറേഷൻ ഡിസർട്ട് സ്റ്റോം (മരുഭൂമിയിലെ കൊടുങ്കാറ്റ്) മാതൃകയിൽ, ആക്രമണം തുടങ്ങി. മാർച്ച് 25നാണ് ഓപ്പറേഷൻ ഡിസിസീവ് സ്റ്റോം (ശക്തമായ ആക്രമണക്കൊടുങ്കാറ്റ്) ആരംഭിച്ചത്. സഖ്യസേനയുടെ നീക്കം മേഖലയിൽ വരുംകാലത്തെ പ്രതിരോധനയത്തിന്റെ സൂചനയുമാണ്.

ശിയാ രാജ്യമായ ഇറാൻ ആണവ സമ്പുഷ്ടീകരണം നടത്തുകയാണ്. ഇറാനും സിറിയയും ഇറാഖും ലെബനോനിലെ ഹിസ്ബുല്ലയും പരസ്പരം കൈകോർത്താൽ വലിയ സൈനികശക്തിയായി മാറും. സുന്നീരാജ്യങ്ങളായ സഊദിക്കും മറ്റും ഇത് ഭീഷണിയാണ്. വേറൊരു വശത്ത് ഇസ്രായേൽ എന്ന മഹാസൈനിക ശക്തിയുണ്ട്. അമേരിക്കയും ബ്രിട്ടനും ഇസ്റാഈലിനെ കൈയയച്ച് സഹായിക്കുന്നു. ഇസ്രായേൽ ആണവ സമ്പുഷ്ടീകരണം നേടിയിട്ടുമുണ്ട്.

എണ്ണ സമ്പത്തുള്ളത് മാത്രമാണ് ഗൾഫ് രാജ്യങ്ങളുടെ ഏക പ്രതീക്ഷ. വരുമാനത്തിന്റെ വലിയൊരു ഭാഗം യുദ്ധസാമഗ്രികൾക്ക് നീക്കിവെച്ചാലും വേണ്ടില്ലായെന്ന ചിന്താഗതി സമൂഹത്തിലും വളർന്നു വന്നിട്ടുണ്ട്. സമാധാനത്തിനും സുരക്ഷിതത്വത്തിനും പ്രതിരോധം അനിവാര്യമായിരിക്കുന്നു. ആണവ സമ്പുഷ്ടീകരണ പ്രശ്നത്തിൽ ഇറാനോട് മൃദുസമീപനമാണ് ഇപ്പോൾ അമേരിക്കയ്ക്കുള്ളത്. ഇസ്ലാമിക് സ്റ്റേറ്റ് ഭീകരവാദത്തിനെതിരെ അമേരിക്കയും ഇറാനും കൈകോർക്കുകയുമാണ്. ഈ സാഹചര്യത്തിൽ സഊദി അറേബ്യയ്ക്കും

സഖ്യകക്ഷികൾക്കും സ്വന്തം വഴി നോക്കിയേ തീരൂ. മേഖലയിലെ സ്ഫോടനാത്മക സ്ഥിതിവിശേഷം ഒഴിവാക്കപ്പെടണം. പാശ്ചാത്യരുടെ കനിവു കാത്തിട്ട് കാര്യമില്ല.

യെമനിലെ ഹൂതികൾക്കെതിരെയുള്ള ആക്രമണം വിജയിച്ചാൽ സഖ്യസേനയ്ക്ക് വലിയ ആത്മവിശ്വാസം കൈവരും. മേഖലയിൽ ഇറാന്റെയും ഇസ്രായേലിന്റെയും ഇടപെടലിനെ ചെറുക്കാൻ പ്രാപ്തി ലഭിക്കും.

ഒമാൻ, സഊദി എന്നീ രാജ്യങ്ങളാണ് യമന്റെ അതിർത്തി പങ്കിടുന്നത്. സഊദിയുടെ ജിസാൻ, അബ്ഹ, നജ്റാൻ എന്നീ പ്രദേശങ്ങൾക്കും ആഫ്രിക്കയെയും യെമനെയും വിഭജിക്കുന്ന ചെങ്കടൽ പാതയ്ക്കും ഹൂതികളുടെ ഭീഷണിയുണ്ട്. ചെങ്കടലിന്റെ തീരത്തുള്ള യമനിലെ ഹുദൈദ തുറമുഖം ഹൂതികളുടെ നിയന്ത്രണത്തിൽ. അറേബ്യൻ കടലിന്റെ തീരത്തുള്ള ഏദനിലും ഹൂതികളുടെ കനത്ത സാന്നിധ്യം. യെമന്റെ ഒത്ത നടുക്കുള്ള, സനയിൽ ഹൂതികളും സൈനികരും പരസ്പരം പോരാട്ടത്തിൽ. ഹൂതി സായുധരെ തുരത്തുക അത്ര എളുപ്പമല്ല.

യെമനിൽ സഖ്യസേനയുടെ സൈനിക നീക്കം വിജയത്തിലെത്തണമെന്നാണ് ഗൾഫിലെ ഇന്ത്യക്കാരുടെ ആഗ്രഹം. കാരണം, സഖ്യ കക്ഷികൾ ശക്തിപ്പെട്ടാൽ മാത്രമേ ഇന്ത്യക്കാർക്ക് ഗൾഫിൽ നിലനിൽപ്പുള്ളൂ. സംഘർഷം വർദ്ധിച്ചാൽ ഇന്ത്യക്കാരുടെയടക്കം മിക്ക വിദേശികളുടെയും സുരക്ഷ അപകടത്തിലാകും. മറ്റു പലയിടത്തും യെമൻ ആവർത്തിക്കപ്പെടും. ഗൾഫിൽ പല സ്ഥലങ്ങളിലും ശിയാ സാന്നിധ്യമുണ്ട്. ഗൾഫ് ഭരണകൂടങ്ങളോട് ഒട്ടിനിൽക്കുന്ന ഇന്ത്യക്കാരെയും അവർ ശത്രുക്കളായി കാണും.

ഇതിനിടയിൽ ചൈനയും റഷ്യയും ഹൂതികളെ സഹായിക്കാൻ രംഗത്തിറങ്ങുമോയെന്ന ഭയം ഉടലെടുത്തിട്ടുണ്ട്. യെമനിൽ ചൈനയ്ക്കും റഷ്യയ്ക്കും ഒരേ സാമ്പത്തിക താൽപര്യങ്ങളാണ്. ചെങ്കടൽ തീരത്തെ തുറമുഖങ്ങൾ തന്ത്രപ്രധാനമാണ്. അത് സംരക്ഷിക്കപ്പെടണമെങ്കിൽ ഹൂതികളുടെ സഹായം വേണം. മാത്രമല്ല, ഗൾഫ് മേഖലയിൽ അമേരിക്കൻ സ്വാധീനം അവസാനിക്കണമെന്നും ചൈനയും റഷ്യയും ആഗ്രഹിക്കുന്നു. എല്ലാംകൊണ്ടും ഗൾഫിലെ വിദേശികളുടെ ഭാവി അത്ര പ്രകാശമാനമല്ല.

■

പരാജയപ്പെട്ട വസന്തത്തിന് പത്ത് വർഷം

'പരാജയ'പ്പെട്ട വസന്തത്തിന് പത്ത് വർഷമായിരിക്കുന്നു. 2011 ഡിസംബർ 18നാണ് ടുണീഷ്യയിൽ അറബ് വസന്തം ആരംഭിച്ചത്. ഭരണകൂടത്തിനെതിരെ ആളുകൾ തെരുവിലിറങ്ങി. പൊലീസിന്റെ മർദ്ദനമേറ്റ ചെറുകിട വ്യാപാരി മുഹമ്മദ് ബു അസീസ് സ്വയം തീ കൊളുത്തി ആത്മഹത്യ ചെയ്ത രോഷമാണ് ജനങ്ങളെ തെരുവിലിറങ്ങാൻ പ്രേരിപ്പിച്ചത്. അത് പിന്നീട് ഭരണ സംവിധാനത്തിനെതിരെയുള്ള കലാപമായി. 'ഭക്ഷണമെവിടെ, തൊഴിലെവിടെ' എന്നതായിരുന്നു ചോദ്യം. സമൂഹമാധ്യമങ്ങൾ വ്യാപകമാകുന്ന കാലമായിരുന്നു. ചെറുപ്പക്കാർ അറബ് വസന്ത സന്ദേശം അതിലൂടെ പ്രചരിപ്പിച്ചു. ക്രമസമാധാന പാലകരും അറബ് വസന്തത്തിൽ പങ്കാളികളായി. പ്രസിഡന്റ് സൈനുൽ ആബിദീൻ ബിൻ അലി പലായനം ചെയ്തു. ടുണീഷ്യയിൽ ഇത്രയും സ്വാഭാവികമായി സംഭവിച്ചതാണ്. അമേരിക്കയിലെ കോർപ്പറേറ്റ് ജനാധിപത്യത്തിലെ അഴുക്കൊന്നും പുരളാത്ത ഭരണമാറ്റം.

പക്ഷേ അറബ് വസന്തത്തിന്റെ പേരിൽ പിന്നീട് സംഭവിച്ചതെല്ലാം ഗൂഢപ്രവർത്തനങ്ങളായിരുന്നു. തക്കം പാർത്തിരുന്ന ഇരുട്ടിന്റെ സന്തതികൾ അതിനെ ഉപകരണമാക്കി. ഉദാഹരണം ഈജിപ്ത്. അവിടെ പ്രസിഡന്റ് ഹുസ്നി മുബാറക്കിനെതിരെ കലാപം ഉയർത്തിയത് ബ്രദർഹുഡ്. സലഫി ആശയങ്ങൾ മുറുകെപ്പിടിച്ച് തീവ്രവികാരം ഇളക്കിവിടുന്ന ഒരു പ്രച്ഛന്ന തീവ്രവാദസംഘം പതിറ്റാണ്ടുകൾക്ക് മുമ്പ് ഉടലെടുത്തുവെങ്കിലും ജനങ്ങളുടെ അംഗീകാരം ലഭിച്ചില്ല. അറബ് വസന്തത്തെ ഉപയോഗപ്പെടുത്താൻ അവർക്കു കഴിഞ്ഞു. ജനക്ഷേമമായിരുന്നില്ല ബ്രദർഹുഡിന്റെ ലക്ഷ്യം. അധികാരം പിടിച്ചടക്കുക. മത കർമ്മശാസ്ത്ര വൈവിധ്യത്തെ ചുട്ടെരിക്കുക.

ടുണീഷ്യയിലെ മാറ്റത്തിൽനിന്ന് പ്രചോദനം ലഭിച്ച ഇവർ ഈജിപ്തിൽ തെരുവ് ആക്രമണങ്ങൾ തുടങ്ങി. ജനങ്ങൾ തെറ്റിദ്ധരിക്കപ്പെട്ടു. സുഭദ്രമായ സാമ്പത്തിക മുന്നേറ്റം ലക്ഷ്യം വെക്കുന്ന ഭരണകൂടത്തിനാണ് ഇക്കൂട്ടർ ശ്രമിക്കുന്നതെന്ന് ജനങ്ങൾ കരുതി. മുഹമ്മദ് മുർസിയെ പ്രസിഡന്റായി തെരഞ്ഞെടുത്തു. പക്ഷേ ജനങ്ങളുടെ അസംതൃപ്തിക്കു പരിഹാരമുണ്ടായില്ല. രാജ്യം ആഭ്യന്തര കലാപത്തിലേക്ക് എടുത്തെറിയപ്പെട്ടു. പട്ടാളം ഭരണം ഏറ്റെടുത്തു.

സിറിയയിൽ കുറേക്കൂടി തീവ്രവിഭാഗമാണ് തെരുവിലിറങ്ങിയത്. ബശ്ശാർ അൽ അസദിനെ പുറത്താക്കാൻ എന്ന പേരിലായിരുന്നു മുന്നേറ്റം. ചരടുവലിച്ചത് ഐ.എസ്. ഭീകരവാദികൾ. അറബ് ഇസ്ലാമിക രാജ്യങ്ങളെ അസ്ഥിരപ്പെടുത്താൻ ശ്രമിക്കുന്ന സാമ്രാജ്യത്വം ഇവർക്ക് ആളും അർത്ഥവും നൽകി. ലക്ഷക്കണക്കിനാളുകളാണ് കൊല്ലപ്പെട്ടത്. കണക്കില്ലാത്തത്ര ആളുകൾ പലായനം ചെയ്തു. നഗരങ്ങൾ നാമാവശേഷമായി. എക്കാലവും മനോഹരവും ശാന്തവുമായിരുന്ന അലെപ്പോപോലും വിജനമായി. കുറേ ശവക്കൂനകളല്ലാതെ മറ്റൊന്നും നേടിയില്ല. നിരവധി ചരിത്രസ്മാരകങ്ങൾ തകർക്കപ്പെട്ടു. സിറിയയുടെ കൃഷിയിടങ്ങൾ തരിശുഭൂമിയായി.

ബശ്ശാർ അൽ അസദ് ഇപ്പോഴും ഭരണത്തിലുണ്ട്. സംസ്കാരത്തിന്റെ ശേഷിപ്പുകളെ ഇല്ലായ്മ ചെയ്യുകയേ ഏവർക്കും വേണ്ടതുണ്ടായിരുന്നുള്ളൂ. അസമത്വത്തിൽനിന്നുള്ള മോചനമായിരുന്നില്ല. പുതിയ തലമുറയുടെ വിദ്യാഭ്യാസം, തൊഴിൽ, സംരംഭകത്വം എന്നിവയ്ക്ക് കർമ്മപദ്ധതികൾ അറബ് വസന്തം ആവിഷ്കരിച്ചിരുന്നില്ല. വൈകാരിക രാഷ്ട്രീയം ഉയർത്തിപ്പിടിച്ച് കുറേപേരുടെ കൈയിൽ ചപല മുദ്രാവാക്യങ്ങൾ ആരോ വെച്ചുകൊടുത്തു. ബഹ്റൈനിൽ അടക്കം അതിന്റെ അലയൊലികൾ ഉണ്ടായി.

പത്ത് വർഷത്തിനു ശേഷം തിരിഞ്ഞുനോക്കുമ്പോൾ ഒരു ചാപിള്ളയുടെ ജനനം ആയിരുന്നു അതെന്ന് കാണാം. ടുണീഷ്യയിൽപോലും സുസ്ഥിര ഭരണം സാധ്യമായില്ല. അനേകം തിരഞ്ഞെടുപ്പുകൾ നടന്നു. ഭരണാധികാരികൾ മാറിമാറി വന്നു. വ്യവസ്ഥിതി അതേപടി തുടരുന്നു. ഐ.എസ്. ഭീകരവാദം ശക്തി പ്രാപിച്ചു.

2015ൽ സൂസെ ബീച്ച് റിസോർട്ടിൽ ഐ.എസ്. 35 പേരെ വെടിവെച്ചു കൊലപ്പെടുത്തി. ഏതാണ്ട് 50 വർഷത്തിനപ്പുറം അറബ് ദേശീയത ഉയർത്തിപ്പിടിച്ചു ചില നേതാക്കൾ ഈജിപ്ത്, സിറിയ, ഇറാഖ് എന്നിങ്ങനെയുള്ള രാജ്യങ്ങളെ പ്രകമ്പനം കൊള്ളിച്ചിരുന്നു.

അവർ അധികാരത്തിലെത്തിയപ്പോൾ സ്വേച്ഛാപ്രവണത കാട്ടി എന്നത് സത്യം. എന്നാൽ അറബ് വസന്തത്തേക്കാൾ മഹത്തരമായിരുന്നു അതെന്ന് അഭിപ്രായപ്പെടുന്നവർ ഏറെ. അറബ് ദേശീയത കലഹിച്ചത് സാമ്രാജ്യത്വത്തോടായിരുന്നു. ഇസ്രായേൽ അധിനിവേശം പ്രധാന പ്രശ്നമായിരുന്നു. ഇനി അങ്ങനെയൊരു സാധ്യതയില്ല. ഭരണവ്യവസ്ഥകൾ സംബന്ധിച്ച് കാര്യമായ ചർച്ച ഇപ്പോഴില്ല. ജനാധിപത്യത്തെ കോർപ്പറേറ്റുകൾ കൈയടക്കിയതിനാൽ ആരെയും അത് പ്രലോഭിപ്പിക്കുന്നില്ല. ഇസ്രായേലുമായി അറബ് രാജ്യങ്ങൾ ഒത്തുതീർപ്പിലായി.

ആധുനിക സാമഗ്രികൾ ഇടതടവില്ലാതെ ലഭ്യമാകുന്ന, സമൂഹത്തിന്റെ ഒഴുക്കിന് വിഘാതം സൃഷ്ടിക്കാത്ത ഭരണം മതി എന്ന നിലപാടിലേക്ക് അറബ് യുവത മാറിയിട്ടുണ്ട്.

■